கனவுகளைத் தொடர்ந்து

கனவுகளைத் தொடர்ந்து

இந்திரா பார்த்தசாரதி (பி. 10 ஜூலை 1930)

சென்னையில் பிறந்து கும்பகோணத்தில் வளர்ந்த ரங்கனாதன் பார்த்தசாரதி தன் மனைவி இந்திராவின் பெயரைத் தன் பெயருடன் இணைத்துக்கொண்டு இந்திரா பார்த்தசாரதி என்ற புனைபெயரில் எழுத ஆரம்பித்தார். கும்பகோணத்திலேயே தன் பள்ளிப்படிப்பை முடித்தார். பள்ளிப் பருவத்தில் தி. ஜானகிராமன் இவர் ஆசிரியராக இருந்தார். குடந்தை அரசுக் கல்லூரியில் இளங்கலைப் பட்டம், சிதம்பரம் அண்ணாமலை பல்கலைக்கழகத்தில் முதுகலைப் பட்டம் பெற்றார்.

முதன்முதலாக *ஆனந்த விகடன்* இதழில் இவரது 'மனித இயந்திரம்' சிறுகதை 1964இல் வெளிவந்தது. அதன்பின் *தீபம்*, *கல்கி*, *கணையாழி* போன்ற இதழ்கள் இவர் படைப்புகளை வெளியிட்டுள்ளன. பல நாவல்களும் நூற்றுக்கும் மேற்பட்ட சிறுகதைகளும் நாடகங்களும் எழுதியுள்ளார். இவருடைய கட்டுரைகளும் மொழியாக்கங்களும் நூல்களாக வெளியிடப்பட்டுள்ளன.

1972இல் தக்ஷின் பாரத் நாடக சபாவுக்காக எழுதிய முதல் நாடகமான 'மழை' நாடகத்தைத் தொடர்ந்து பல நாடகங்களை எழுதினார். இதுவரை 15 நாடகங்கள், 19 நாவல்கள், 6 சிறுகதைத் தொகுப்புகள் வெளிவந்துள்ளன. ஆய்வுத் துறையிலும் இவருடைய சிறந்த பங்களிப்பு உண்டு. ஆழ்வார்கள் குறித்து ஆய்வுசெய்து ஆய்வுக் கட்டுரை சமர்ப்பித்து தில்லி பல்கலைக்கழகத்தில் முனைவர் பட்டம் பெற்றார்.

ஆசிரியப் பணியைத் தேர்ந்தெடுத்த இவர் திருச்சி தேசிய கல்லூரியில் 1952 முதல் மூன்றாண்டு காலம் ஆசிரியராகப் பணியாற்றினார். பிறகு தில்லி சென்று அங்கு தமிழ் ஆசிரியராகப் பணியாற்றினார். 1962 முதல் தில்லி பல்கலைக்கழகத்தில் தமிழ் விரிவுரையாளராகச் சேர்ந்தார். தொடர்ந்து இணைப் பேராசிரியர், பேராசிரியராக 40 ஆண்டுக் காலம் அங்கு பணியாற்றினார். போலந்தின் வார்சா பல்கலைக்கழகத்தில் இந்தியத் தத்துவம், பண்பாட்டுப் பாடப் பிரிவுக்கான வருகைதரு பேராசிரியராக 1981 முதல் 1986வரை பணியாற்றினார்.

ஓய்வுபெற்ற பிறகு, புதுவைப் பல்கலைக்கழக நாடகத் துறையில் நான்காண்டுக் காலம் பணியாற்றியபோது அங்கு சங்கரதாஸ் சுவாமிகள் நிகழ்கலைப் பள்ளியை நிறுவி அதன் இயக்குநராகச் செயலாற்றினார். முற்றிலும் முடங்கிக்கிடந்த தமிழ் நாடகக்கலையைச் சிலப்பதிகாரத்திலிருந்து புனையப்பட்ட நாடகங்கள், ஷேக்ஸ்பியரின் 'கிங்லியர்' நாடகம் இவற்றை மேடையேற்றி உயிர்ப்பித்தார். அந்தக் காலகட்டத்தில் 1996இல் எழுதிய 'ராமானுஜர்' நாடகமும் 1997இல் எழுதப்பட்ட 'நந்தன் கதை' நாடகமும் மிகுந்த வரவேற்பைப் பெற்றன. 1991இல் இந்திய குடியரசுத் தலைவரின் விருது பெற்ற கே.எஸ். சேதுமாதவன் இயக்கிய 'மறுபக்கம்' படத்தின் கதை இவர் எழுதிய 'உச்சி வெய்யில்' குறுநாவலை ஆதாரமாகக் கொண்டது. இந்திய அரசும் பெருமதிப்பு வாய்ந்த பல நிறுவனங்களும் விருதுகளால் இவரைக் கௌரவித்துள்ளன.

'குருதிப் புனல்' நாவலுக்கு சாகித்திய அகாதமி விருது (1977), 'வேதபுரத்து வியாபாரிகள்' நாவலுக்கு பாரதீய பாஷா பரிஷத் விருது (1996), சரஸ்வதி சம்மான் (1999), 'ராமானுஜர்' நாடகத்துக்கு சங்கீத் நாடக அகாதமி விருது (2004), பத்ம ஸ்ரீ விருது (2010), *இந்து* நாளிதழ் நடத்தும் 'லிட் ஃபார் லைஃப்' இலக்கிய நிகழ்வின் வாழ்நாள் விருது (2010) இவற்றுடன் சமீபத்தில் மார்ச் 2022இல் ஃபெல்லோஷிப் வழங்கி இவரை கௌரவித்திருக்கிறது சாகித்திய அகாதெமி.

இந்திரா பார்த்தசாரதி

கனவுகளைத் தொடர்ந்து

காலச்சுவடு பதிப்பகம்

● அன்பார்ந்த வாசகருக்கு,

வணக்கம்.

காலச்சுவடு நூலை வாங்கியமைக்கு நன்றி.

நூலின் உள்ளடக்கம், உருவாக்கம், அட்டைப்படம் இன்ன பிற அம்சங்கள் பற்றிய உங்கள் கருத்துகளையும் ஆலோசனைகளையும் காலச்சுவடு வரவேற்கிறது. தகவல், எழுத்து, வாக்கியப் பிழைகள் தென்பட்டால் கட்டாயம் தெரிவித்து உதவுங்கள். நூல் தயாரிப்பில் கடும் குறைபாடு இருப்பின் மாற்றுப் பிரதி உங்களுக்குக் கிடைக்கக் காலச்சுவடு ஏற்பாடு செய்யும்.

மின்னஞ்சல்: **publisher@kalachuvadu.com**

காலச்சுவடு நாகர்கோவில் தலைமையகத்துக்கும் கடிதம் அனுப்பலாம்.

தங்கள்
எஸ்.ஆர். சுந்தரம் *(கண்ணன்)*
பதிப்பாளர் — நிர்வாக இயக்குநர்

கனவுகளைத் தொடர்ந்து ✦ நாவல் ✦ ஆசிரியர்: இந்திரா பார்த்தசாரதி ✦ ©இந்திரா பார்த்தசாரதி ✦ முதல் (குறும்) பதிப்பு: டிசம்பர் 2022 ✦ வெளியீடு: காலச்சுவடு, 669, கே. பி. சாலை, நாகர்கோவில் 629001

காலச்சுவடு பதிப்பக வெளியீடு: 1145

kanavukaLait toTarntu ✦ Novel ✦ Author: Indira Parthasarathy ✦ © Indira Parthasarathy ✦ Language: Tamil ✦ First (Short) Edition: December 2022 ✦ Size: Demy 1 x 8 ✦ Paper: 18.6 kg maplitho ✦ Pages: 152

Published by Kalachuvadu, 669, K.P. Road, Nagercoil 629001, India ✦ Phone: 91-4652-278525 ✦ e-mail: publications@kalachuvadu.com ✦ Printed at Clicto Print, Jaleel Towers, 42 KB Dasan Road, Teynampet Chennai 600018

ISBN: 978-93-5523-264-9

முன்னுரை

நான் *கணையாழி*யில் எழுதிய 'வேர்ப்பற்று' என்ற நாவலின் சம்பவங்கள் 1946இல் தொடங்கி 1952இல் முடிவடைகின்றன. கதை, கும்பகோணத்தைச் சேர்ந்த கேசவன் என்கிற ஒரு நடுத்தர வகுப்புப் பிராமண இளைஞனைப் பற்றியது. சுதந்திரம் பெறுவதற்கு முன் அவன் காணும் கனவுகள் எப்படிக் கொஞ்சம் கொஞ்சமாகக் கலைந்துவந்தன என்பது பற்றியது.

இது 'கணையாழி'யில் வந்தபோது சிலர், இது சுயசரிதையா அல்லது நாவலா என்று கேட்டனர்.

ஓர் எழுத்தாளன் தன் படைப்புகளில் தான் உருவாக்குகின்ற பாத்திரங்களில் அந்தர்யாமியாய் தானும் ஊடுருவி நிற்பதைத் தவிர்க்க முடியாது. இவ்வகையில் அவன் படைக்கின்ற அனைவற்றிலும் சுயசரிதை அம்சம் இருக்கத்தான் செய்யும்.

இன்னொரு வகையில், இது ஒரு சமூக வரலாற்றுக் கதை. கதை சொல்லும் சௌகரியத்துக் காக ஒரு குறிப்பிட்ட கதை மாந்தன் எதிர்கொள்ளும் நிகழ்வுகள் வழியே கதை சொல்லுவது, அக்காலத்திய அவன் மனநிலைக்கு ஒத்த இளைஞர்களையும் – அவர்கள் அநுபவத்துக்கேற்ப பரிணாமம் கொள்ளும் பாங்கையும் – அவன் மூலம் அடையாளப்படுத்திக் காட்டுவதற்காக. அக்கிரஹாரத்தில் பிறந்த கேசவன், ஜாதி ஏற்றத் தாழ்வுகளைப் பரிபூரணமாக வெறுக்கிறான்.

பிராமணனாய்ப் பிறந்துவிட்டுச் சமூக அநீதிகளைக் கண்டு பொங்கி எழும் அவனுக்கு, பிறந்துவிட்ட ஜாதியின் காரணமாக வேறு எங்கும் வேலை கிடைக்காமல், ஆசாரம் மிகுந்த, பிராமணர்களால் நடத்தப்பட்டுவந்த ஒரு கல்லூரியில்தான், அவன் பிராமணன் என்பதற்காக வேலை கிடைக்கின்றது என்பதுதான் நகைமுரண் *(irony)*.

'சாதிகள் இல்லையடி பாப்பா' என்று சொன்னவன் போனது அவனுக்கு நல்லதுதான். 'இதுதான் சுதந்திர இந்தியா' என்று 'கணையாழி'யில் வந்த கதை முடிகிறது.

அதற்குப் பிறகு கேசவனின் வாழ்க்கையைத் தொடர்வதுதான் இரண்டாம் பகுதி.

சென்னை
20–11–2022

இந்திரா பார்த்தசாரதி

1

கல்லூரி முதல்வர் பத்மநாப ஐயங்கார் கேசவனை ஆசிரியர் அறைக்கு அழைத்துச் சென்றார். அங்கிருந்த இரண்டு, மூன்று ஆசிரியர்களில் ஒருவர் சாய்வு நாற்காலியில் படுத்துக்கொண்டிருந்தார். அவர் ஆழ்ந்த சிந்தனையில் இருந்தாரா, தூங்கிக் கொண்டிருந்தாரா என்று தெரியவில்லை.

அவர் கண்கள் மூடியிருந்தன. முதல்வரைக் கண்டதும் மற்றவர்கள் எழுந்து நின்றார்கள்.

முதல்வர் உறங்கிக்கொண்டிருந்தவர் அருகில் சென்றார்.

'யோஜிச்சிண்டிருக்கேளா, தூங்கறேளா, ஜெயராம ஐயர்?' என்று சற்று உரத்த குரலில் கேட்டார் முதல்வர்.

ஜெயராம ஐயர் கண்கள் லேசாகத் திறந்தன. கேள்விக்குரியவர் முதல்வர் என்ற உணர்வு தாக்கியதும், சற்றுத் திடுக்கிட்ட நிலையில் எழுந்து நின்றார்.

'பரவாயில்லே, உட்காருங்கோ. இந்தப் பையன்தான் உங்க டிபார்ட்மெண்ட்லே இன்னிக்குச் சேர்ந்திருக்கார். பெயர் கேசவன். கேசவன், ஜெயராம ஐயர் இங்கேருக்கிற மூத்த ஆசிரியர்கள்ளே ஒருவர். நீங்க எந்தெந்த கிளாஸ்லாம் எடுக்கணும்னு அவர் உங்களுக்குச் சொல்லுவார். சரி, நான் வரட்டுமா?' என்று சொல்லிக்கொண்டே முதல்வர் போய் விட்டார். ஜெயராம ஐயரின் குள்ளமான உருவத்தைச் சலவைக்கு எப்பொழுதோ போயிருக்க வேண்டிய ஒரு பழுப்பு நிறக் கோட்டு அலங்கரித்தது. குடுமி. நெற்றியில் குங்குமம், திருநீறு. ஓய்வு பெற வேண்டிய வயது என்று தோன்றிற்று. ஐயர் கேசவனை ஏற இறங்கப் பார்த்தார்.

'சின்னப் பையனா இருக்கேளே, என்ன வயசு உங்களுக்கு?' என்றார் அவர்.

'இருபத்திரெண்டு.'

'உங்க வயசிலே இங்கே 'ஸ்டூடன்ட்ஸே' இருப்பா. நீங்க என்ன ஐயங்காரா?'

கேசவன் பதில் கூறாமல் புன்னகை செய்தான்.

'இந்தக் காலத்தவாளுக்கு ஜாதியைச் சொல்லக் கூடாது. அப்படித்தானே?' என்று கூறிவிட்டுச் சிரித்தார் ஜெயராம ஐயர்.

'உட்காருங்கோ . . . நீங்க எங்கே படிச்சேள்?'

'அண்ணாமலை'

'பயங்கர அரசியல். உங்களைக் கண்டு நான் பயப்படணும். சரி, இன்டர்மீடியட் 'ஸி செக்ஷன்' 'ஹிஸ்டாரி க்ரூப்', அவாளுக்கு 'நான்-டிடெயல்ட்' (*non-detailed*) பாடம் எடுங்கோ. எல்லாரும் ரௌடிப் பசங்க, இங்கேதான் இருக்கு உங்க சாமர்த்தியம், அண்ணாமலையிலே படிச்சிருக்கேள், அந்த அநுபவம் போறுமே,' என்றார் ஐயர் புன்னகையுடன்.

'நான்-டிடெயல்ட்' பாடம்னா அவங்களே படிச்சுக்க மாட்டங்களா,' நான் இலக்கியப் பாடம் எதானும் எடுக்கறேனே, என்றான் கேசவன்.

'அவாளே படிச்சிண்டா, நாம எதுக்கு? புதுசா வரவாளுக்கு இது ஒரு சவால். சுவாரஸ்யமில்லாத பாடத்தையும் சுவாரஸ்யமா சொல்லித்தர தெரியணும். சரி, வாங்க, வகுப்புக்குப் போவோம், உங்களை அறிமுகப்படுத்தறேன் . . .'

'எந்த 'ரூம்'னு சொல்லுங்க, நானே போறேனே, நானே அறிமுகப்படுத்திக்கிறேன்.'

'நோ. இந்தக் காலேஜ்லே இதுதான் மரபு . . . வாங்க போவோம்.'

இருவரும் வகுப்புக்குள் நுழைந்ததும், 'வருக' 'வருக' என்று குரல்கள் ஒலித்தன. ஜெயராம ஐயர் அங்கிருந்தது எந்தப் பாதிப்பையும் ஏற்படுத்தியதாகத் தெரியவில்லை. சிரிப்பு, கைத்தட்டல், ஆரவாரம்.

அநுபவம் மிக்க அவர் இருக்கும்போதே அவர்கள் இப்படி இருந்தார்களானால் அவர்களைத் தான் எப்படித் தனியாகச் சமாளிக்கப் போகிறோமென்று கவலையாக இருந்தது கேசவனுக்கு.

'மாணவ மணிகளே' என்று ஐயர் பேச ஆரம்பித்ததும், அவர்கள் மேஜைகளைப் பலமாகத் தட்டினார்கள்.

'இவர் பெயர் கேசவன், உங்கள் புதுத் தமிழாசிரியர்.'

'இனிஷியல்' என்ற குரல் கேட்டதும் சிரிப்பு அலைகள்.

'இனிஷியல்' என்னவாக இருந்தால் உனக்கென்ன, உனக்கு 'இனிஷியல்' கிடையாதோ?' என்ற பதில் குரல். திடீரென்று ஒரு மாணவன் இன்னொரு மாணவன் மீது பாய்ந்து அவனைச் சரமாரியாக அடிக்கத் தொடங்கினான்.

ஜெயராம ஐயர் கீச்சுக் குரலில் கத்தினார்: 'போறும் நிறுத்துங்க.'

'நான் ஏன் நிறுத்தணும்? என்னைத் தேவடியா மவனேன்னு திட்றான், கேட்டுக்கிட்டு சும்மா இருக்கணுமா? எனக்கு 'இனிஷியல்' உண்டான்னு கேக்கறான், என்ன திமிர் இருக்கணும்?' என்றான் அடித்த மாணவன்.

'அவன் கேட்டது தப்புதான். ஆனா உன் வாத்தியார் 'இனிஷியல்' என்னவா இருந்தா உனக்கென்ன? நீ கேட்டது சரியோ?' என்றார் ஐயர்.

'என்ன தப்பு? நாங்க எல்லா வாத்தியாரையும் 'இனிஷியலோ'டு தானே குறிப்பிடறோம், உங்க 'இனிஷியல்' *R.* நீங்க *RJ.* இங்கிலீஷ் வாத்தியார் *PSR.* இந்த மாதிரி. அதுக்காகக் கேட்டேன் இவர் 'இனிஷியல்' என்னன்னு, என்ன தப்பு சொல்லுங்க?' என்றான் அந்தப் பையன்.

'என் முழுப் பெயர் நடாதூர் ஸ்ரீவத்ஸன் கேசவன். 'நீங்க என்னை *NSK*ன்னு குறிப்பிடலாம். டி.ஏ. மதுரம் இல்லாத என்.எஸ்.கே.' என்றான் கேசவன். குபீரென்று சிரித்தார்கள் மாணவர்கள். உணர்ச்சியால் இறுகியிருந்த சூழ்நிலை இயல்பான நிலைக்கு வருவதுபோல் கேசவனுக்குப் பட்டது. திடீரென்று அறையை விட்டு வெளியே சென்றார் ஜெயராம ஐயர். அவருக்குக் கோபமா என்னவென்று கேசவனுக்குப் புரியவில்லை. எதற்குக் கோபம்? அவன் அவ்வாறு பேசியிருக்கக் கூடாதோ?

அவன் அறை வாசலை நோக்கிச் சென்றான்.

'ஆர்ஜே சார் போயாச்சு சார் . . . நீங்க வாங்க,' என்றான் ஒரு மாணவன். கேசவன் திரும்பி வந்தான் சில விநாடிகள் மாணவர்களை உற்று நோக்கினான். அப்பொழுது நிலவிய அமைதி அவனுக்கு ஆச்சர்யத்தைத் தந்தது.

'உங்களுக்குப் பாடமாருக்கிற புஸ்தகத்தை நீங்களே படிச்சுக்கலாம். நான் அதெ சொல்லித் தரணும்னு அவசியமேயில்லே. அதனாலே நான் உங்களுக்கு சுவாரஸ்யமா ஒரு கதை சொல்றேன் . . . சரியா?' என்றான் கேசவன்.

‘சொல்லுங்க’ என்று வகுப்பே கூட்டாக அறிவித்தது. ‘சத்தம் போடாமெ, நான் பேசறப்பொ குறுக்கிடாமெ, கேக்கணும், சரியா?’ என்றான் கேசவன்.

‘சரி’ என்று மாணவர்கள் கூக்குரலிட்டனர். என்ன கதை சொல்வது? தனக்குக் கதை சொல்ல வருமா? ‘ஸீரியஸ்’ கதைகளைக் கேட்கும் மன நிலையில் பெரும்பான்மையான மாணவர்கள் இருக்க மாட்டார்கள்.

‘முதல் நாளே மாணவர்கள் கவனத்தை ஈர்க்க முடிந்தால், ஆசிரியர் தொழில் மிகவும் சுவாரஸ்யமானது,’ என்று அவன் கும்பகோணம் அரசினர் கல்லூரியில் படித்தபோது அவனுடைய பழைய ஆசிரியர் சுப்ரமணிய ஐயர் சொன்னது அவன் நினைவுக்கு வந்தது.

ஷேக்ஸ்பியர் நாடகங்களையோ, டால்ஸ்டாய் கதைகளையோ சுவாரஸ்யமாகத் தன்னால் சொல்ல முடியுமா? அவனுக்குத் தன்னிடம் அதற்கான தன்னம்பிக்கை இல்லை.

அவனுக்கு அப்பொழுது சில மாதங்களுக்கு முன் படித்திருந்த ஜே.பி. பிரீஸ்ட்லியின் ‘தி வொண்டர் ஹீரோ’ என்ற நாவல் நினைவுக்கு வந்தது. விளம்பர உலகைக் கிண்டல் செய்யும் ‘சஸ்பென்ஸ்’ நிறைந்த கதை. உயர்ந்த இலக்கியம் என்று சொல்ல முடியாது . மாணவர் கவனத்தை ஈர்க்கக் கூடிய சாத்தியமுண்டு. ஆசிரியர் தொழிலில் தன் எதிர்காலத்தை நிர்ணயிக்கும் கணம் இது.

அவன் கதை சொல்லத் தொடங்கினான்.

சாதாரண மனிதர்களைத் தங்களுக்கு வேண்டும்போது நட்சத்திரங்களாக்கி, காரியம் முடிந்தவுடன், அவர்களை அடியோடு மறந்துவிடும் வணிக உலகத்தின் இரக்கமற்ற தன்மையைப் புலப்படுத்தும் கதைப் பகுதி மாணவர்களை மிகவும் கவர்ந்தது. அவனை அறியாமலேயே, பிரீஸ்ட்லியின் கதையை, தமிழ்மண் மணம் கமழ, தான் சொல்வதை அவனால் உணர முடிந்தது. ஒரு குறிப்பிட்ட வியாபாரப் பொருளை விளம்பரம் செய்வதற்காக நட்சத்திர ஸ்தானத்துக்கு உயர்த்தப்பட்ட ஓர் இளைஞனும், இளம் பெண்ணும், விளம்பர ஆயுள் முடிந்ததும், கசங்கிய காகிதமாக வீசி எறியப்படுகின்றனர் என்பது கதை. அதை மிகவும் ஈடுபாட்டுடன் சொல்லத் தொடங்கினான். அதைக் கூறி முடிப்பதற்குள், சுவாரஸ்யமான பகுதியில், வகுப்பு முடிந்ததுக்கு அடையாளமாக மணி அடித்தது.

மாணவர்களுக்கு வகுப்பைவிட்டுப் போக மனமில்லை! கேசவன் மகிழ்ச்சியோடு வகுப்பை விட்டு வெளியே சென்றான். அவன் ஆசிரியர் அறைக்குச் சென்றபோது, ஜெயராம ஐயர்

சாய்வு நாற்காலியில் படுத்துக்கொண்டிருந்தார். தூங்கவில்லை. உத்தரத்தைப் பார்த்துக்கொண்டிருந்தார்.

கேசவனைப் பார்த்ததும் முகத்தைத் திருப்பிக்கொண்டார். கேசவன் அவரருகே சென்று நின்றான். 'என்ன ?' என்று உறுமினார் ஐயர் பாதிக் கண்களைத் திறந்தபடி.

'நான் ஏதாவது தப்பு பண்ணியிருந்தா மன்னிச்சுக்கங்க. நான் இப்பொ எந்த 'கிளாஸ்' எடுக்கணும்? 'டைம்-டேபிள்' இருந்தா தேவலை.'

'டி.ஏ. மதுரத்தைக் கேளுங்கோ...'

'ஜோக்'னு நினைச்சிண்டு சொன்னேன், தப்பா இருந்தா மன்னிச்சுக்கங்க... ஆனா அதுக்கப்புறம் மாணவர்கள் 'கொயட்'டா இருந்தாங்க.'

'சினிமாக்காராளைப் பத்தியெல்லாம் காலேஜ்லே ஒரு வாத்தியார் பேசறது 'ஜோக்'கா?

'ஜோக்'கா? ஒரு விதரணை வேண்டாம்?'

'ஐ ஆம் ஸாரி.'

'என்ன பாடம் நடத்தினேள்?'

கதை சொன்னதைச் சொல்வதா வேண்டாமா என்று அவனுக்குப் புரியவில்லை.

அவருக்கு எப்படியும் தெரியாமல் இருக்கப் போவதில்லை. உண்மையைச் சொல்வதே உசிதம் என்று அவனுக்குப் பட்டது.

'பையங்க ஒரு கதை சொல்லச் சொன்னாங்க, சொன்னேன்...'

'கதையா?' என்று சற்றுத் திடுக்கிட்ட குரலில் கேட்டார் ஐயர்.

'ஆமாம்'

'சினிமாக் கதையா?'

'இல்லே... ஜே.பி. பிரீஸ்ட்லீயின் 'தி வொண்டர் ஹீரோ'ங்கிற கதை. 'கிளாஸிக்' இல்லே. சாதாரணக் கதைதான்.'

ஐயர் கேசவனை ஏற இறங்கப் பார்த்தார்.

'நீங்க இங்கலீஷ் வாத்தியாரா, தமிழ் வாத்தியாரா?'

'கதை தமிழ்லேதான் சொன்னேன்.'

'இது 'ஜோக்'கா, அதிகப் பிரசங்கித்தனமா?' ஆசிரியர் அறையிலிருந்த இரண்டு ஆசிரியர்கள் இதைக் கேட்டுச் சிரித்தார்கள். கேசவன் வந்த கோபத்தை கஷ்டப்பட்டு அடக்கிக்கொண்டான்.

2

'ஐயா உங்களைக் கூப்பிடறாங்க' என்று கல்லூரி முதல்வருடைய 'ப்யூன்' ஆசிரியர் அறையிலிருந்த கேசவனிடம் சொன்னதும், அவ்வறையிலிருந்த மற்றைய ஆசிரியர்கள் அனைவரும் கேசவனைப் பார்த்தனர்.

'என்னையா?' என்று சற்று வியப்புடன் கேட்டான் அவன்.

'ஆமாங்க.'

'சரி, வறேன்.'

அவன் முதல்வர் அறைக்குச் சென்றபோது, அங்கு ஜெயராம ஐயர் உட்கார்ந்திருந்தார். அவனுக்கு விஷயம் புரிந்தது.

'உட்காருங்க கேசவன். உங்களைப் பத்தி ஒரு 'கம்ப்ளெய்ண்ட்.' நீங்க வகுப்பிலே பாடம் நடத்தாமே கதை சொல்றீங்களாம்... அப்படியா?'

'எனக்குக் கொடுத்திருக்கிற பனிரெண்டு 'பீரியடும்' 'நான்-டீடெய்ல்ட்' பாடம். நான் புஸ்தகத்தைக் காமிக்கறேன், பாருங்க, பாடம் நடத்த என்ன இருக்கு, நீங்களே சொல்லுங்க.'

'அப்படியா ஜெயராம ஐயர்?'

'புதுசா வரவாளுக்கு, வந்தவுடனேயே 'பொயட்றி' கொடுக்கமுடியுமா? அநுபவ்வம் வேண்டாமா?'

'கொடுக்காமேயே இருந்தா அநுபவம் எங்கேருந்து வரும், ஜெயராம ஐயர்? கொடுத்துப் பாருங்களேன்,' என்ற முதல்வர் கேசவனிடம், 'ஜெயராம ஐயர் சொல்லறத்துக்கு முன்னாலியே எனக்கு நீங்க வகுப்பிலே கதை சொல்றீங்கங்கிற 'ந்யூஸ்' வந்துடுத்து. நேத்திக்கி நீங்க எமிலி

ப்ரோன்ட், 'தி வுதெரிங் ஹைட்ஸ்', பி.ஏ முதல் வகுப்புப் பசங்களுக்குச் சொன்னீங்களாமே? என்னுடைய பையன் அந்தக் 'கிளாஸ்'தான், சொன்னான், சொன்னதோட மட்டுமில்லாமெ 'லைப்ரரி'லேந்து அந்தப் புஸ்தகத்தைக் கொண்டு வந்து ராப்பூரா படிச்சிண்டிருந்தான்,' என்றார் முதல்வர் புன்னகையுடன்.

'நீங்களே கதை சொல்லறதுக்கு உற்சாகமூட்டுவேள் போலேயிருக்கே,' என்றார் ஜெயராம ஐயர் கோபத்துடன்.

'நான் உற்சாகாகம் ஊட்டலே, ஜெயராம ஐயர், குப்பைப் புஸ்தகங்களெல்லாம் பாடமா வச்சு, அவரை 'நடத்துங்கோ'ன்னா அவர் என்ன செய்வார்? கம்பராமாயணம் கொடுங்கோ, கதை சொல்லமாட்டார், சரிதானே,கேசவன்?'

'அதான் இங்கலீஷ்லே இவருக்கு இவ்வளவு ஈடுபாடிருக்கே, பேசாமெ இவரை இங்கலீஷ் டிபார்ட்மென்ட்டுக்கே மாத்திடுங்களேன், தமிழுக்கு நான் சொன்ன பையனைப் போட்டுடுங்கோ . . . ஆனா, அவன் வைஷ்ணவன் இல்லே . . .' முதல்வர் முகம் சிவந்தது.

'வேற யாரானும் இப்படிச் சொல்லியிருந்தா நான் என்ன செய்திருப்பேன்னு எனக்கே தெரியாது. நீங்க எப்படி இங்கே இத்தனை வருஷமா வேலை செஞ்சிண்டிருக்கேளே, நீங்க என்ன வைஷ்ணவரா? மனம் போனபடி பேசக் கூடாது. சரி, போறும் இதைப் பத்தி பேசினது . . . கேசவனுக்கு ஆறு பிரியட்டாவது 'பொயட்ரி' கொடுங்க. 'நான்-டிடெய்ல்ட்' பாடத்துக்கு 12 பிரியட்டா? 'ரெடிகுலஸ்.' இது என்ன தண்டனையா?' என்றார் முதல்வர்.

'எழுத்து மூலமா 'ஆர்டர் இஷ்யூ' பண்ணுங்கோ . . . நிறைவேத்தவேண்டியது என் கடமை' என்றார் ஐயர்.

'இதுக்கு என்ன 'ஆர்டர்', ஜெயராம ஐயர், இது என்னுடைய வேண்டுகோள்; போறுமா? 'தி வுதெரிங் ஹைட்ஸ்' கொஞ்சம் சிக்கலான நாவல். அதெக் கூட நம்ம பசங்க ரஸிக்கும்படியா சுவாரஸ்யமா இவராலே சொல்லமுடியறதுன்னா, இவர்கிட்டே விஷயம் இருக்குன்னு அர்த்தம். இவராலே இலக்கியம் நடத்தமுடியும், நல்ல இலக்கியம் மொழியைக் கடந்ததுன்னு உங்களுக்குத் தெரிஞ்சதுதானே? ஷேக்ஸ்பியரை ரஸிக்க முடிஞ்சா நிச்சியமா கம்பராமாயணத்தையும் ஒத்தனாலே ரஸிக்க முடியும். சரிதானே, ஜெயராம ஐயர்?'

ஐயர் சிறிது நேரம் பேசாமலிருந்தார். பிறகு சொன்னார்:' மத்த ரெண்டு பேர் 'கிளாஸ்' மேலே கை வைக்க மாட்டேன், என்னோட ஆறு வகுப்புக்களையும் இவர் நடத்தட்டும். எனக்கு 'ரிடையர்' ஆக

இன்னும் ஆறு மாசம் இருக்கு. ஆறு மாசத்துக்கு முன்னாலியே 'ரிடையர்' ஆனதா நினைச்சிண்டு போறேன், 'நான்-டிடெய்ல்ட்' பாடம் நான் நடத்தறேன், நீங்க குப்பைன்னு சொல்லலாம், அந்தக் குப்பைலியும் என்னாலே முத்து பொறுக்கமுடியும், ஒரு நல்ல ஆசிரியருக்கு அதுதான் இலக்கணம்.'

'ஓ.கே. செய்யுங்க . . . எனக்கு ஒரு ஆட்ஷேபணையுமில்லே,' என்றார் முதல்வர்.

முதல்வர் அறையை விட்டு வெளியே வந்ததும், கேசவன் ஜெயராம ஐயரிடம், 'நான் 'பொயட்ரி' பாடம் எடுக்கறதுக்கு உங்க உதவி வேணும், அப்பொதான் எனக்குத் தன்னம்பிக்கை வரும்' என்று சொன்னான்.

'என் உதவியா? என்ன கிண்டல் பண்றேளா? நீங்கதான் மேதைன்னு சொல்லிட்டார் பிரின்ஸிபால், வேறென்ன வேணும் உங்க தன்னம்பிக்கைக்கு?'

'உங்க ஆதரவும் இருந்தாதான் எனக்கு நல்லது. உங்க ஞானம், அநுபவம் எல்லாம் எனக்கு உதவியா இருந்தாதான் எனக்குச் சந்தோஷமா இருக்கும். நான் ஒரு விடலை பையன், தப்பு செஞ்சிருந்தா மன்னிச்சுக்குங்க,' என்றான் கேசவன்.

ஜெயராம ஐயர் கோபம் தணிந்ததுவிட்டதுபோல் தெரிந்தது. அவன் தோளைத் தட்டிக்கொண்டே, புன்னகையுடன் சொன்னார்: 'சந்தேகம் என்ன இருந்தாலும் வந்து கேளுங்க, வெட்கப்படாதீங்கோ, சொல்றேன். சங்க இலக்கியம், அதாவது, புறநானூறு சொல்லிக் கொடுக்க தைர்யம் இருக்கா? பி.ஏ இரண்டாம் வருஷம், விஷயம் தெரிஞ்ச பசங்க, என்ன, அந்த கிளாஸ் எடுக்கறேளா?'

'உங்க ஆசிர்வாதம்.'

'நிச்சியமா உண்டு. தைர்யமா எடு. நன்னா படிச்சுண்டு கிளாசுக்குப் போகணும். இல்லாட்டா பசங்க உன்னை 'டிபன்' பண்ணிச் சாப்பிட்டுடுவாங்க.' உறவு, ஒருமை விளியில் வருவதைக் கேசவன் கவனித்தான். அவனுக்கு இது தப்பாகப் படவில்லை. அவர் வயதில் எத்தனை மூத்தவர்!

கேசவன்தான் தமிழ்த் துறையில் கடைக் குட்டி. ஜெயராம ஐயருக்கு அடுத்தபடியாக இருந்தவர் ராமகிருஷ்ணன். வயது பின் முப்பதுகளில் இருக்கும். அவருக்கு அடுத்தபடியாக இருந்தவன் முரளி. பின் இருபதுகள். ஜெயராம ஐயர் அவர்களைக் கலந்து ஆலோஜிக்காமல், கேசவனுக்குத் தம் வகுப்புக்களைக் கொடுத்தது, இருவருக்கும் பிடிக்கவில்லை.

ராமகிருஷ்ணன் கேசவனிடம் சொன்னார்: 'நீங்க அவர் வகுப்புக்களை எடுப்பது முறையே இல்லே. முரளி மூணு வருஷமா இருக்கான். அவன் இப்பொத்தான் இண்டர்மீடியட்டுக்குச் செய்யுள் வகுப்பு எடுக்கறான், நேத்து வந்த நீங்க பி.ஏ இரண்டாம் ஆண்டுக்குச் செய்யுளா? நியாயமேயில்லே. நீங்களே ஜெயராம ஐயர்கிட்டே சொல்லுங்க.'

'நீங்களே அவர்கிட்டே சொல்லுங்களேன். நான் அவரை பி.ஏ. இரண்டாம் வகுப்பு கொடுங்கன்னு கேக்கவே இல்லே.'

'பிரின்ஸ்பால் கொடுக்கச் சொன்னார்ங்கிறாரே, ஜெயராம ஐயர்?'

'எனக்குத் தெரியாது.'

'பி.ஏ இரண்டாம் வகுப்பு எடுக்க அநுபவம் வேணும். ரெண்டு, மூணு பசங்க இருக்காங்க. கெட்டிக்காரங்க. தப்பா சொல்லிக் கொடுத்தா குதறி எறிஞ்சுடுவாங்க. உங்க நல்லதுக்குத்தான் சொல்றேன்.'

'அதுதான் பிரச்னைன்னா கவலைப்படாதீங்க. நான் சமாளிச்சிக்கிறேன்.'

'கதை சொல்லியா?' கேசவனுக்கு அசாத்திய கோபம் வந்தது. அடக்கிக்கொண்டான்.

'ஸ்டுபிட். நான்-டிடெய்ல்ட்' புஸ்தகம் நடத்தணும்னாத்தான் நான் கதை சொல்லுவேன். 'புறநானூறு' எனக்குச் சொல்லிக் கொடுக்கத் தெரியும்' என்றான் கேசவன் நிதானமான குரலில்.

'சரி உங்க இஷ்டம், மாணவர்கள் கலாட்டா பண்ணினா அது உங்கள் பாடு,' என்றார் ராமகிருஷ்ணன் செயற்கையான புன்னகையுடன். கலாட்டாவுக்கான ஏற்பாடுகள் அவரே செய்வார் போல் என்று கேசவனுக்குப் பட்டது.

அடுத்த நாள் அவன் பி.ஏ. இரண்டாம் வகுப்புக்குப் போனவுடன், வகுப்பில் ஓர் அசாதாரணமான அமைதி நிலவியது போல் அவனுக்குத் தோன்றிற்று. தன்னுடைய மன பிரமையாகவுமிருக்கலாம். பெருஞ்சித்திரனார் பாடல்கள்.

'வறுமை நிலைமையை இக்காலத்து யதார்த்தவாதி களைக் காட்டிலும் மிகச் சிறப்பாகக் கோட்டோவியங்களாகச் சொற்களில் வரைந்து காட்டுவதினால் இவருக்குப் பெருஞ்சித்திரனார் என்ற பெயர் வந்திருக்கலாமென்று தோன்று கிறது' என்று அவன் பாடத்தைத் தொடங்கியதும், 'புற நானூறு' என்பதற்கு இலக்கணக் குறிப்பு என்ன ஐயா?' என்று ஒரு மாணவன்

கனவுகளைத் தொடர்ந்து 17

மிக அடக்கத்துடன் கேட்டதும், கேசவனுக்குப் புரிந்து விட்டது, அவனை யார் தயார் செய்திருக்கிறார்களென்று.

'தாஜ்மஹாலைப் பார்க்கும்போது அதன் அழகு நம் கண்ணுக்கு விருந்தாக அமைகிறது. எத்தனை பளிங்குக் கற்களைக் கொண்டு அது கட்டப்பட்டிருக்கிறது என்று நாம் சிந்தனை செய்வதில்லை. கணக்கில் ஆழ்ந்துவிட்டால் கலை நம் கண்ணுக்குத் தெரிவதில்லை. இலக்கிய–இலக்கண உறவும் இப்படித்தான். மிக அழகான புறநானூற்றுச் செய்யுட்களைப் படிப்பதற்கு முன்னால், 'புற நானூறு' இரண்டாம் வேற்றுமை உருபும் பயனும் உடன்தொக்கத் தொகைப் புறத்துப் பிறந்த அன்மொழித்தொகை என்று ஆரம்பித்தால், தாஜ்மஹால் நம் கண்ணுக்குத் தெரியாது. பளிங்குக் கற்களும், செங் கற்களுந்தான் தெரியும்' என்றான் கேசவன். வகுப்பு ஆரவாரத்தில் ஆழ்ந்தது. கேசவன் ஜெயித்து விட்டான்! 'இலக்கணமே கூடாது என்கிறீர்களா?' என்று கேட்டான் அந்தப் பையன்.

'ஒரு நாட்டுக்கு அரசியல் சட்டம் இருப்பது போல்தான் இலக்கியத்துக்கு இலக்கணம். மக்களுக்காக அரசியல் சட்டமா, அரசியல் சட்டத்துக்காக மக்களா என்பதுதான் கேள்வி. இலக்கியத்துக்காகத்தான் இலக்கணம் என்பது என் கருத்து. இலக்கியந்தான் அடிப்படை என்பதற்காகவே நம் இலக்கணத்தில் வழுவமைதியும் புறநடையும் வைத்திருக்கிறார்கள் என்று நான் நினைக்கிறேன்.' மீண்டும் ஆரவாரம்.

அந்தப் பையன் எதோ கேட்பதற்கு மறுபடியும் எழுந்ததும் அவனை மற்றவர்கள் சத்தம் போட்டு உட்கார வைத்து விட்டர்கள். அமைதியானச் சூழ்நிலையில் கேசவனால் பாடம் நடத்த முடிந்தது. அவன் நன்கு தயாரித்துக்கொண்டு போனதும் உதவியாகவிருந்தது.

அவன் ஆசிரியர் அறைக்குத் திரும்பியதும் முரளி கேட்டான்: 'வகுப்பு எப்படி?' கேசவன் அறைக்குள் நுழைந்ததும் அவனை ஏறிட்டுப் பார்த்துவிட்டு, படித்துக் கொண்டிருந்த புஸ்தகத்தில் ஆழ்ந்துவிட்டார் ராமகிருஷ்ணன்.

'ஐ என்ஜாய்ட் டீச்சிங். கெட்டிக்காரப் பசங்க...' என்றான் கேசவன். ராமகிருஷ்ணன் மறுபடியும் அவனைப் பார்த்தார். முகத்தில் எந்தவிதச் சலனமுமில்லை.

'ஒரு பையன் கேள்வி கேட்டுண்டே இருப்பானே?' என்றான் முரளி.

'கேட்டான். பதில் சொன்னேன். அப்புறம் யாரும் அவனைக் கேள்வி கேக்கவிடலே.' ராமகிருஷ்ணன் அறையை விட்டு வெளியே சென்றார்.

3

கேசவன் கல்லூரியில் சேர்ந்து மூன்று மாதங்களாகிவிட்டன. ஆனால் கல்லூரிச் சூழ்நிலையுடன் அவனால் ஒத்துப் போக முடிய வில்லை. பெரும்பான்மையான ஆசிரியர்கள் ஐம்பது வயதுக்கு மேற்பட்டவர்கள். ஆசார சீலர்கள். இளைஞர்களாக இருந்த ஆசிரியர்களுக்கு ஆசார சீலர்களின் மதிப்பில் உயர்ந்து நிற்க வேண்டும் என்பதைத் தவிர வேறு குறிக்கோள் இருந்ததாகத் தெரியவில்லை.

கேசவன் நெருங்கிப் பழகியது ஆங்கிலத் துறையிலிருந்த நாக்ஜி என்ற இளைஞனுடன்தான். கேரளாவைச் சேர்ந்தவன். கட்டுப்பட்டித் தனத்தை வெறுத்த அளவில் இருவருடைய சிந்தனை அலைவரிசை ஒத்திருந்தது. அந்த வைதிகக் கோட்டையிலிருந்து இருவரும் அந்நியப்பட்டிருக்கிறோமென்பதே அவர்களிடையே நட்பு ஏற்படுவதற்குக் காரணமாயிற்று.

கல்லூரி முதல்வர் வெளிப் பார்வைக்கு ஆசார சீலராக இருந்தாலும், அந்தரங்கத்தில் நவீனக் கோட்பாடுகளை வரவேற்கக் கூடியவராக இருக்கக் கூடுமென்று கேசவன் நினைத்தான். இதுவே நாக்ஜியின் அபிப்பிராயமாகவும் இருந்தது. கல்லூரி முதல்வர் பொருளியல் துறையைச் சார்ந்தவர் என்றாலும், ஓர் அறிவு ஜீவிக்குத் தேவையான அனைத்துத் துறை விஷயங்களும் அத்துப்படியாக இருந்தன. ஆனால், அவர் தம்மை ஆரவாரமாக வெளிக்காட்டிக்கொள்வதில்லை என்பதுதான் அவனுக்குப் பிடித்திருந்தது.

கல்லூரி நிர்வாகச் செயலர் ஒரு பழுத்த ஆசார சீலர். சமஸ்கிருததில் ஆழ்ந்த ஈடுபாடு உடையவர். ஸ்ரீரங்கநாதரைக் குறித்துப் பல சமஸ்கிருத தோத்திரப்பாடல்கள் இயற்றியவர்.

நிர்வாகத்திடமிருந்து திடீரென்று ஓர் ஆணை கல்லூரிக்கு வந்தது. மாணவர்கள் தினந்தோறும் முதல் வகுப்பு தொடங்குவதற்கு முன் நிர்வாகச் செயலர் இயற்றியுள்ள ஸ்ரீரங்கநாதர் தோத்திரம் ஐந்து நிமிஷங்களாவது பாட அல்லது சொல்ல வேண்டும் என்ற உத்தரவு.

நிர்வாகத்தின் அடிவருடிகளாயிருந்த பல ஆசிரியர்கள் இந்த ஆணையை மகிழ்ச்சியுடன் வரவேற்றனர்.

இந்தமாதிரியான உத்தரவை நிர்வாகத்தால் பிறப்பிக்க முடியும் என்பது கேசவனுக்குப் பெரிய ஆச்சர்யத்தைத் தந்தது. அதைவிடப் பெரிய அதிர்ச்சி பல ஆசிரியர்கள் இந்த உத்தரவை வரவேற்றதுதான்.

கேசவனுக்கு வாரந்தோறும் முதல் வகுப்பு என்று மூன்று இருந்தன. அப்பொழுதைய சமூகச் சூழ்நிலையில், மாணவர்களை சமஸ்கிருத ஸ்லோகங்களை இறைவணக்கமாகத் தமிழ் வகுப்பில் சொல்லும்படி வற்புறுத்த முடியுமா? முதல்வருக்கும் இதில் அவ்வளவாக உடன்பாடில்லை என்று பட்டது அவர் ஆசிரியர்கள் அனைவரையும் கலந்து ஆலோசிப்பதென்று தீர்மானித்தார்.

முதல் ஆட்சேபணையைத் தெரிவித்தவன் முதல்வருடைய மூத்த மகன். அவன் தத்துவத்துறையில் ஆசிரியராக இருந்தான்... அவனைப் பற்றிக் கேசவனுக்கு அதிகம் தெரியாது. ஒதுங்கிய சுபாவம். யாருடனும் பேசமாட்டான். வயது முப்பது, முப்பத்திரண்டு இருக்கலாம். அவன் ஏன் கல்யாணம் செய்து கொள்ளவில்லை என்பதுபற்றி பலவிதமான யூகங்கள்.

'இறை வணக்கம் என்பது ஒவ்வொருவருக்கும் அவர் யார் தம்மைச் சிருஷ்டித்ததாக நம்புகிறாரோ அவருடன் நிகழும் அந்தரங்கமான உரையாடல். இது பகிரங்கப்படுத்தப்பட வேண்டுமென்ற அவசியமே இல்லை,' என்றான் அவன் ஆங்கிலத்தில்.

'அப்பொ, கோயில், பூஜை, புனஸ்காரம் ஒண்ணுமே வேணாமா?' என்றார் சமஸ்கிருதப் பேராசிரியராகிய பஞ்சாபகேச சாஸ்திரிகள்.

'அதை உங்க வீட்டிலே வச்சுக்கோங்கோ. காலேஜ் ஒரு பப்ளிக் ப்ளேஸ். இங்கே ஆஸ்திகனுமிருப்பான், நாஸ்திகனுமிருப்பான். நம்ம கருத்தை இன்னொத்தன் மேலே சுமத்தறதுக்கு, நமக்கு எந்த உரிமையுமில்லே,' என்றான் அவன்.

'நீங்க ஒத்தர்தான் இப்படிப் பேசுவேள், எங்க எல்லாருக்கும் 'ப்ரேயர்' வேணும்.' என்றார் தத்துவத்துறைத் தலைவர் இராமச்சந்திர ஐயர்.

‘கண்ணன் பேசறதுக்கு நீங்க ஒரு ஆட்சேபணையும் சொல்லலியே, பிள்ளை சொல்லறது சரிங்கிறேளா?’ என்றார் ஆங்கிலப் பேராசிரியர் வரததாச்சாரி.

‘இது அப்பா–பிள்ளை விவகாரமேயில்லே. நானும் உங்களைப் போல இங்கே ஒரு வாத்தியார்தான்,’ என்றான் கண்ணன்.

‘மிஸ்டர் கண்ணன் சொல்லறது எனக்கும் சரியாதான் படறது,’ என்றான் கேசவன். ‘நீங்களும் நாஸ்திகரா?’ என்றார் பஞ்சாபகேச சாஸ்திரிகள் கோபத்துடன்.

‘இப்பொ, சமஸ்கிருதத்துக்கும், தமிழுக்கும் சமூக–அரசியல் ரீதியா பிரச்னை இருக்கு. ‘நான் எப்படி என் மாணவர்களைத் தமிழ் வகுப்பிலே சமஸ்கிருதம் ஸ்லோகம் சொல்லுங்கன்னு ‘கம்பெல்’ பண்ண முடியும்? இது வகுப்பிலே இருக்கிற ‘மெஜொரிட்டி’ மாணவர்களுக்கு ‘இமோஷனல் இஷ்யு’ வாக ஆயிடுத்துன்னா ஆபத்து,’ என்றான் கேசவன்.

‘அப்படி ‘ப்ரேயர்’ வேணும்னா முதல் வகுப்பிலே வாத்தியர், மாணவர் எல்லாரும் மூணு நிமிஷம் ‘சைலன்டா’ மனசுக்குள்ளே ‘ப்ரே’ பண்ணிண்டு நிக்கட்டும், இட் ஈஸ் குட் இனஃப்,’ என்றான் கண்ணன்.

‘நம்ம ‘செகரட்ரி சார்’ எழுதியிருக்கிற ஸ்லோகம் அற்புதமா இருக்கு, வாயாலெ சொன்னா, இல்லாட்டா பாடினா என்ன தப்பு?’ என்றார் பஞ்சாபகேச சாஸ்திரிகள்.

‘ஒரு தப்புமில்லே, நீங்க இதுக்கு வியாக்கியானம் எழுதுங்கோ, அதையும் எல்லாரும் சொல்லலாம்’ என்றான் கண்ணன்.

‘கண்ணா, நீ பேசறது நன்னா இல்லே, கொஞ்சம் சும்மா இரு’ என்றார் முதல்வர்.

‘இதை நீங்க அப்பொவே சொல்லியிருக்கணும்,’ என்றார் சாஸ்திரிகள்.

‘மூணு நிமிஷம் ‘ஸைலென்டா ப்ரே’ பண்றதுதான் சரியா எனக்குப் படறது. ஸ்லோகம் சொல்ல விரும்பறவா மனசுக்குள்ளே சொல்லிக்கலாம். தியானம் பண்ண நினைக்கிறவா தியானம் செய்யலாம். எதுக்கும் நம்ம ‘செக்ரட்டரி சார்’ எழுதியிருக்கிறதை அச்சடிச்சு, மாணவர்களுக்குக் கொடுத்துடலாம்,’ என்றார் முதல்வர் பத்மநாப ஐயங்கார்.

கெட்டிகாரத்தனமாகப் பிரச்னையச் சமாளித்த முதல்வர் கேசவன் மதிப்பில் உயர்ந்தார். அவருக்கும் நிர்வாகத்தினர்

அனுப்பிய ஆணை பிடிக்கவில்லை என்று தெரிகிறது. ஆனால், அவரால் அதை முற்றிலும் நிராகரிக்க முடியாது.

ஆசிரியர் கூட்டம் என்று ஒன்றை நடத்தி, கருத்து பேதங்களை உருவாக்கித் தாம் நினைத்ததையும் சாதித்துக் கொண்டுவிட்டார்! தந்தையும் மகனும் ஏற்கனவே இதைப் பற்றிப் பேசிக்கொண்டு வந்திருக்கலாமென்று கேசவனுக்குப் பட்டது. நிர்வாகியையும் திருப்திப்படுத்தியாகிவிட்டது. அவர் இயற்றிய ஸ்லோகங்கள் இரண்டாயிரம் பிரதிகள் விநியோகமாயின! நாக்ஜியும் கேசவனும் ஓய்வு நேரங்களில் கல்லூரிக்கு அருகிலிருந்த 'இந்தியா காஃபி ஹவுஸு'க்குச் செல்வது வழக்கம். மற்றைய ஹோட்டல்களினின்றும் அது வித்தியாசமாக இருந்தது. சிப்பந்திகள் சீருடை தரித்திருந்தனர். கட்லெட். சான்ட்விச்சஸ் என்று இந்த மாதிரிப் பலகாரங்கள்தாம் கிடைத்தன என்பதால் கூட்டம் அதிகமில்லை. 'அந்நியமாகிப்' போன இளைஞர்களுக்கு ஏற்ற இடம்!

அங்குதான், கல்லூரியிலிருந்த மற்றைய ஆசிரியர்களிட மிருந்து வேறுபட்டு அவர்கள் அச்சூழ்நிலையில் 'அந்நியர்'களா யிருப்பதைக் காப்பியை மெதுவாக உறிஞ்சிக்கொண்டே இருவரும் கொண்டாடுவது வழக்கம்.

இறைவணக்கப் பிரச்சினையை முதல்வர் சாமர்த்திய மாகச் சமாளித்த அன்று, 'இந்தியா காஃபி ஹவுஸி'ல் சந்தித்தபோது, நாக்ஜி சொன்னான்: 'முதல்வர் செய்ததை என்னால் ஏற்றுக் கொள்ளமுடியவில்லை. அவருக்கும் ஸ்லோகம் சொல்வது பிடிக்கவில்லை என்றால் அதை நேர்மையாகச் சொல்லியிருக்க வேண்டும். அவருடைய கெட்டிக்காரத்தனத்தை என்னால் பாராட்ட முடியவில்லை.'

'இந்தக் கல்லூரிச் சூழ்நிலையில் அவரால் வேறொன்றும் செய்திருக்க முடியாது,' என்றான் கேசவன்.

'நீ என்ன செய்திருப்பாய், இச்சூழ்நிலையில்?' என்றான் நாக்ஜி.

'அவரைப்போல் இத்தனை ஆண்டுகள் இச்சூழ்நிலையில் நான் இருந்திருக்கமாட்டேன். இருந்திருந்தால் அவரைப்போல்தான் செய்திருப்பேன். நான் மட்டுமல்ல, நீயுந்தான்.'

'எங்கே போகப்போகிறாய்?'

'உலகம் பெரிது, எங்கே வேணுமானாலும் போகலாம். போவேன் என்கிற நம்பிக்கை இருக்கிறது. '*The best is yet to be*'.'

‘*God is in Heaven and all is right with the world,*’ என்றான் நாக்ஜி சிரித்துக் கொண்டே.

‘உலகத்தில் எல்லாம் நல்லபடியாக நடக்கின்றது என்ற நம்பிக்கையில்தான் அவரால் எந்தவிதமான குற்ற மனப்பான்மையுமில்லாமல் இருக்க முடிகின்றது,’ என்றான் கேசவன்.

‘குற்ற மனப்பான்மையா? ஏன்?’

‘இந்த மாதிரி ஒரு மனித சமுதாயத்தைப் படைத்ததற்காக.’

‘யு ஆர் எ ஸினிக்,’ என்றான் நாக்ஜி.

‘நான் வாழ்க்கையில் எதிர்பார்ப்பது நடக்காவிட்டாலும் நான் ஏமாற்றம் அடையாமல் இருப்பதற்கு என் ‘ஸினிஸிஸம்’ காரணமாக இருக்கலாம்,’ என்றான் கேசவன் சிரித்துக்கொண்டே.

‘சரி, புறப்படலாம். எனக்கு வகுப்பு இருக்கிறது,’ என்றான் நாக்ஜி.

இரண்டு நாட்கள் கழித்து, கேசவனுக்கு இன்டர்மீடியட் இரண்டாம் ஆண்டு முதல் ‘பீரியட்’ பாடம். செய்யுள் வகுப்பு. இறை வணக்கத்துக்காக மணி அடித்தது. மனத்துக்குள் தியானம் செய்யவேண்டும்.

அப்பொழுது ஒரு மாணவன் திடீரென்று பாட ஆரம்பித்தான். ‘புழுவாய்ப் பிறக்கினும் புண்ணியா...’ தேவாரம். அப்பர் பாசுரம். அருமையான சாரீரம். குரல் கணீரென்று இருந்தது. கேதார கௌளம்.

அவன் பாடி முடித்ததும் மாணவர்கள் கைதட்டினார்கள்.

‘இறை வணக்கத்துக்குக் கைதட்டக்கூடாது. இது வன்னி மரத்தடிக் கூட்டம் இல்லை,’ என்றான் கேசவன்.

‘கைதட்டல் இறை வணக்கத்துக்காக இல்லே, சார். தமிழ் வகுப்பிலே சமஸ்கிருத ஸ்லோகம் சொல்லாமெ, சிவஞானம் தமிழில்லே பாடினதற்கு. இது சமஸ்கிருதத்துக்கு எங்கள் எதிர்ப்புக் குரல்,’ என்றான் கதிர்வேல் என்ற மாணவன்.

‘நாம ‘ஸைலென்டா’த்தானே தியானம் பண்றோம். இங்கே எதுக்கு சார் சமஸ்கிருதத்துக்கு எதிர்ப்பு?’ என்றான் ரங்கநாதன் என்கிற மாணவன்.

‘சீரங்கம்! உட்காருடா. உனக்கேண்டா கோபம் பொத்துக்கிட்டு வருது. தமிழ் படிக்க எதுக்கு வந்தே? சமஸ்கிருத வகுப்பிலே போய் உட்கார வேண்டியதுதானே?’ என்றான் எழில்.

‘நான் சமஸ்கிருத ஸ்லோகம் சொல்லலாமா, சார்?’ என்று கேட்டான் ரங்கநாதன்.

‘ஒத்தர் சம்ஸ்கிருதம், ஒத்தர் தமிழ், ஒத்தர் இங்கிலீஷ்லே பைபிள்னு ஆரம்பிச்சா, இது வகுப்பா இருக்காது. ‘டவர் ஆஃப் பேபல்’லா ஆயிடும்,’ என்றான் கேசவன்.

‘டவர் ஆஃப் பேபல்’ அப்படின்னா என்ன சார்?’ என்று கேட்டான் ஒரு மாணவன்.

‘பைபிளில் வருகிறது இந்தக் கதை. பிரளயத்துக்குப் பிறகு, பாபிலோனில் கூடிய மக்கள் அனைவரும் ஒன்றாக இருக்க, விண்ணைத் தொடும் ஒரு பெரிய கட்டடத்தைக் கட்டத் தீர்மானித்துக் கட்டி முடித்துக் குடியேறுகிறார்கள். அவர்கள் அப்பொழுது ஒரே மொழியைத்தான் பேசி வந்தார்கள். இறைவன் இதை விரும்பவில்லை. அவர்கள் ஒரே இடத்தில் இருக்கக் கூடாது, உலகம் முழுவதும் பரவி இருக்க வேண்டும் என்று விரும்பிய அவர், அவர்கள் பேசி வந்த அந்த ஒரு மொழியில் குழப்பத்தை உண்டாக்கிவிட்டார். பல மொழிகள் உண்டாயின. ஒருவர் பேசுவது மற்றவருக்குப் புரியவில்லை. இதுக்குத்தான் ‘டவர் ஆஃப் பேபல்’ என்று பெயர். என் வகுப்பு ‘டவர் ஆஃப் பேபலா’க ஆவதை நான் விரும்பவில்லை,’ என்றான் கேசவன்.

‘இறைவனே மக்கள் ஒரு மொழி பேசறதை விரும்பலேன்னா, ஹிந்திதான் நம்ம நாட்டு தேசியமொழிங்கிறதை எப்படி சார் ஏத்துக்க முடியும்?’ என்றான் கதிர்வேல்.

‘கரெக்ட். நீ சொல்லறதுதான் என்னுடைய கருத்தும். இந்தக் கதையை எப்படி வேணுமானாலும் அர்த்தம் பண்ணிக்கலாம். வெவ்வேறு மொழிகள் உருவாகியதற்கு இறைவன்தான் காரணம் என்கிறதனாலே, ஒரு சர்வாதிகாரியுடைய பிரித்தாளும் சூழ்ச்சின்னும் வச்சுக்கலாம். இல்லேன்னா பல மொழிகளும், கலாசாரமும் இருந்தாத்தான் வாழ்க்கை சுவாரஸ்யமா இருக்குங்கிற ஜனநாயக மனப்பான்மைனும் சொல்ல முடியும் சரி, இப்பொ கொஞ்சம் பாடம் படிக்கலாமா?’ என்றான் கேசவன்.

‘நீ சொல்லறதுதான் என் கருத்தும்னு சொன்னீங்களே, ஹிந்தி தேசியமொழிங்கிறதை நீங்களும் எதிர்க்கறீங்கன்னு அர்த்தமா?’ என்றான் எழில்.

‘இது வகுப்பிலே விவாதிக்கப்பட வேண்டிய விஷயமில்லே, தனியா வந்து கேளு என் கருத்தைச் சொல்றேன்,’ என்றான் கேசவன். அவன் பாடம் நடத்தத் தொடங்கினான்.

இரண்டு நாட்கள் கழித்து, அவன் ஆசிரியர் அறையிலிருந்த போது, முதல்வர் அழைப்பதாகப் ‘ப்யூன்’ வந்து சொன்னான்.

அவன் முதல்வர் அறைக்குச் சென்றபோது, அங்கு கல்லூரி நிர்வாகி உட்கார்ந்திருந்தார்.

'பளிச்'சென்று நாமம். செக்கச் செவேலென்று ஆஜானுபாகுவாக உட்கார்ந்திருந்தார். முகத்தில் மிக இயற்கையாகத் தெரிந்த பல தலைமுறை வழிவந்த செல்வச் செருக்கு. விரும்பத்தகாத ஒன்றைச் செய்ய வேண்டியிருக்கிறதே என்ற தம் மீதே உள்ள எரிச்சல், முதல்வர் முகத்தில் தெரிந்தது.

'உட்காரு . . .' என்று வழக்கமாகச் சொல்பவர் அவ்வாறு ஒன்றும் சொல்லாமல், 'சமஸ்கிருதத்தைத் தாக்கி வகுப்பிலே பேசினியாமே, வாட் ஈஸ் திஸ் நான்ஸென்ஸ்?' என்று கேட்டார்.

'நோ சார் . . . அந்தமாதிரியெல்லாம் ஒண்ணும் நான் பேசலியே?'

'சமஸ்கிருத ஸ்லோகம் சொல்லக் கூடாது என்ற தடை உத்தரவு போட்டீர்கள் என்பது தகவல். அதற்கு ஆதரவா பைபிள் கதை. இது ஒரு மிஷனரி காலேஜா?' என்றார் நிர்வாகி.

'இது ஒரு தப்பான தகவல். நடந்ததை யாரோ திரிச்சுச் சொல்லியிருக்காங்க,' என்றான் கேசவன்.

'தமிழ்லே ஒரு பையன் சினிமா பாட்டு பாடறான், அது 'ப்ரேயர்', நான் எழுதின ஸ்லோககங்கள் சொன்னா தப்பா?' என்றார் நிர்வாகி. ஏற்கனவே சிகப்பாக இருந்த அவர் முகம் இன்னும் சிவந்தது. குரல் கிரீச்சிட்டது.

'ஐ ஆம் ஸாரி, அந்தப் பையன் பாடினது சினிமா பாட்டில்லே, அப்பர் ஸ்வாமி தேவாரப் பாசுரம். அந்தப் பையன் பாடப் போறான்னு எனக்குத் தெரியாது. அழகா பாடறப்போ, பாடாதேன்னு சொல்ல எனக்கு மனசு வரல்லே. மஹாராஜபுரம் விஸ்வநாத ஐயர் இந்தப் பாட்டைப் பாடி நான் கேட்டிருக்கேன். அப்படியே பாடினான் இந்தப் பையன்.'

'அப்பொ, ஒரு பையன் என்னோட ஸ்லோகங்களை சொல்லலாமான்னு கேட்டபோது, 'இது என்ன டவர் ஆஃப் பேப'லான்னு எதுக்குக் கிண்டல் பண்ணனும்?' என்றார் நிர்வாகி.

'தமிழ் வகுப்பிலே தமிழ்லே இறைவணக்கம் பாடக்கூடான்னு, இப்பொ இருக்கிற சமூக, அரசியல் சூழ்நிலையிலே என்னாலே எப்படிச் சொல்ல முடியும்? நான் சமஸ்கிருத விரோதி இல்லே. என்னோட அப்பாவே பெரிய சமஸ்கிருத ஸ்காலர்.'

'கும்பகோனம் ஸ்ரீவத்ஸ அய்யங்காருடைய பிள்ளை இவர்,' என்றார் முதல்வர். 'நாராயணா! அவருடைய பிள்ளையா இருந்திண்டா இந்தப் பையனுக்கு இவ்வளவு சமஸ்கிருத துவேஷம்

இருக்கு! உங்க பிள்ளை மாதிரி இவனும் நாஸ்திகனா?' என்றார் நிர்வாகி.

அவர் இப்படிக் கேட்டது முதல்வருக்கும் பிடிக்கவில்லை என்பது அவர் முகம் மாறியதனின்றும் தெரிந்தது.

'சரி, காலேஜ் பாலிஸிபடி, 'ப்ரேயர்' 'சைலன்ட் மெடிடேஷன்'தான்னு உன் ஸ்டூடன்ட்ஸ்' கிட்டே சொல்லிடு... யாரும் பாடக் கூடாது...' என்றார் முதல்வர்.

'என் ஸ்லோகங்களைக் கிண்டல் பண்ணதுக்கு இவன்பேரிலே நடவடிக்கை எடுக்கணும்,' என்றார் நிர்வாகி.

'உங்க ஸ்லோகங்களை நான் கிண்டல் பண்ணவேயில்லே. இன் ஃபாக்ட், உங்க ஸ்லோகங்களை நான் படிச்சதுகூட இல்லே,' என்றான் கேசவன்.

'என்ன திமிரு பாத்தேளா, பத்மநாப ஐயங்கார்? இவனை உடனே 'ஸஸ்பென்ட்' பண்ணனும்... சமஸ்கிருத துவேஷி, நாஸ்திகன், இவன் அண்ணாதுரை கட்சிக்காரனா இருப்பான் போலிருக்கு,' என்றார் நிர்வாகி.

'நீங்க எழுதின ஸ்லோகங்களப் படிக்காட்டா, சமஸ்கிருத துவேஷியா?' என்றான் கேசவன்.

'கெட் அவுட்' என்று உச்ச ஸ்தாயியில் கத்தினார் நிர்வாகி. அவனைப் போகும்படி சைகை செய்தார் முதல்வர். கேசவன் மிகுந்த கோபத்துடன் வெளியே வந்தான்.

4

கேசவன் கோபத்துடன் வெளியே வந்தபோது, நாக்ஜி நூல்நிலையத்தை நோக்கிப் போய்க்கொண்டிருப்பதை அவன் பார்த்தான். நாக்ஜியும் எதேச்சையாக அவன் பக்கம் திரும்பிப் பார்த்தான். அவனைச் சற்று நிற்கும்படி சைகை செய்துவிட்டு, அவனை நோக்கி நடந்தான் கேசவன்.

'பிரின்ஸ்பலைப் பார்க்கப் போனாயா?' என்று கேட்டான் நாக்ஜி.

'என்னை 'ஸஸ்பென்ட்' செய்யப் போகிறார்கள்,' என்றான் கேசவன்.

'வாட் நான்ஸென்ஸ்?'

'உனக்கு இப்பொழுது வகுப்பு இருக்கிறதா? உன்னிடம் பேசவேண்டும்.'

'இல்லை. 'லஞ்ச்'சுக்குப் பிறகுதான் . . . காஃபி ஹவுஸ் போலாமா?'

'ஓ.கே.'

இருவரும் காஃபி ஹவுஸுக்குச் சென்றார்கள்.

'கட்லெட்' சாப்பிடலாமா?' என்றான் நாக்ஜி.

'இல்லை, எனக்குக் காஃபி போதும்' என்றான் கேசவன். நாக்ஜி இரண்டு காஃபிக்குச் சொல்லிவிட்டு,' இது என்ன நான்ஸென்ஸ் உன்னை 'ஸஸ்பென்ட்' செய்யப் போகிறார்களா ஏன்?' என்றான்.

கேசவன் முதல்வர் அறையில் நடந்ததைப் பற்றிக் கூறினான்.

'உன்னை 'ஸஸ்பென்ட்' செய்யவேண்டுமென்று 'செக்கரட்ரி' தானே சொன்னார், 'பிரின்ஸ்பல்' சொல்லவில்லையே? 'என்றான் நாக்ஜி.

‘அவர் சொல்வதை ‘பிரின்ஸ்பலா’ல் மீற முடியும் என்று எனக்குத் தோன்றவில்லை. இது இப்பொழுது நிர்வாகியின் ‘ஈகோ’ பிரச்னை. முதல்வருக்கு என்னால் தர்மசங்கடம் வரவேண்டாம். நானே வேலையை ராஜினாமா செய்துவிடலாமென்று நினைக்கின்றேன் . . .’ என்றான் கேசவன்.

‘இதுதான் முட்டாள்தனம். ‘ப்ரின்ஸ்பல்’ உன்னைச் சைகை செய்து போகச் சொன்னாரென்றால், தாம் இதைச் சமாளிக்கப் போவதாகத்தான் உன்னிடம் சொல்லியிருக்கிறார். நீ பேசாமல் இரு, நடப்பது நடக்கட்டும். வகுப்பில் தமிழில் ‘ப்ரேயர்’ சொன்னதை அனுமதித்தாய் என்பதற்காக உன்னை ‘ஸஸ்பெண்ட்’ செய்தார்களானால், மாணவர்கள் சும்மா இருக்க மாட்டார்கள். நீ ‘ஹீரோ’வாகிவிடுவாய்!’ என்றான் நாக்ஜி.

‘நான் அண்ணாமலைப் பல்கலைக்கழகத்தில் படிக்கும் போதும் ‘ஸஸ்பெண்ட்’ செய்யப்பட்டேன். ‘ஹீரோ’ ஆகவில்லை. மன்னிப்பு எழுதிக்கொடுத்து மறுபடியும் சேர்ந்தேன். எனக்கு இப்பொழுது; ‘ஹீரோ’ கனவெல்லாம் ஒன்றும் கிடையாது,’ என்றான் கேசவன்.

‘இப்பொழுது மன்னிப்பு எழுதித்தரப் போகிறாயா?’ என்று சிரித்துக்கொண்டே கேட்டான் நாக்ஜி.

‘நோ. இந்த ஊரை விட்டுப் போவதற்கு இது எனக்கு ஒரு வாய்ப்பு. இந்தியாவின் தலைநகருக்குப் போக வேண்டுமென்பது என் ஆசை . . .’

‘பிரதம மந்திரியாகவா?’

கேசவன் புன்னகை செய்தான். ‘ஜோக்ஸ் அபார்ட் . . . நீ என்ன சொல்லுகிறாய்? ‘பிரின்ஸ்பல்’ என்ன செய்யப் போகிறார் என்று பொறுத்துப் பார்க்கலாம் என்கிறாயா?

‘ஆமாம் . . .’ என்றான் நாக்ஜி.

அவனுக்கு அன்று பிற்பகல் ‘இண்டர்மீடியட்’ இரண்டாம் வகுப்பு இருந்தது. முதல்வர் அறையிலிருந்து திரும்பி வந்தபோது, அவன் அவ்வகுப்பை எடுப்பதாக இல்லை. அறைக்குத் திரும்புவதாகத்தான் இருந்தான். நாக்ஜியிடம் பேசினபிறகு அவன் மனம் சற்று நிம்மதியாயிற்று. அவன் ஆசிரியர் அறையிலிருந்தபோது, எந்த நிமிஷமும் ‘ஸஸ்பெண்ட்’ உத்தரவு வரக் கூடுமென்றுதான் எதிர்பார்த்தான். வரவில்லை. வகுப்பை எடுத்து முடித்து ஆசிரியர் அறைக்குத் திரும்பியதும், முதல்வர் மகன் கண்ணன் அவனிடம் சொன்னான்: ‘பிரின்ஸ்பல் உங்களை வரச் சொன்னார் . . .’

அப்படியானால், இவனுக்கும் என்ன நடந்தது என்று தெரிந்திருக்கக்கூடுமென்று கேசவனுக்குப் பட்டது. அல்லது இந்த விவகாரம் பற்றி மகனிடம் முதல்வர் பேசியிருக்கலாம். அவன் முதல்வர் அறைக்குச் சென்றான். அவர் ஏதோ 'ஃபைலில்' ஆழ்ந்திருந்தார்.

'உட்காரு,' என்றார் அவர் அவனைப் பார்க்காமலேயே. சில விநாடிகள், கனத்த அமைதியைச் சுமந்து, தள்ளாடிச் சென்றன.

'உங்களுக்கு தர்மசங்கடத்தைத் தர நான் விரும்பவில்லை. நானே 'ராஜினாமா' செய்து விடுகிறேன்,' என்றான் கேசவன் ஆங்கிலத்தில். அவர் 'ஃபைல்' கட்டை மூடிவிட்டு, அவனைப் பார்த்துப் புன்னகை செய்தார்.

அவர் எதற்குப் புன்னகை செய்தார் என்று அவனுக்குப் புரியவில்லை. 'வேலையை விட்டுட்டு என்ன செய்யப் போறே?' என்றார் அவர்.

'யோசிக்கலே.'

'யோசிக்காமத்தான் எல்லாக் காரியமும் நீ பண்றே . . . 'டெர்ரிப்லி இம்பல்சிவ்.'

'தமிழ் வகுப்பிலே ஒரு 'ஸ்டுடென்ட்' தமிழ்லே 'ப்ரேயர்' சொல்றப்போ, என்னாலே அவனைத் தடுத்து நிறுத்த முடியுமா? அந்த இன்னொரு பையன், ரங்கநாதன்னு நினைக்கிறேன், அவன் சமஸ்கிருத ஸ்லோகம் சொல்லலாமான்னுத்தான் கேட்டானே தவிர, 'செக்ரெட்ரி' எழுதியிருக்கிற ஸ்லோகங்களைச் சொல்லலாமான்னு கேட்கலே.'

'அப்படிக் கேட்டிருந்தான்னா என்ன சொல்லியிருப்பே?'

'அதே பதில்தான் சொல்லியிருப்பேன் . . . ஆனா அவர் சொல்ற மாதிரி அவர் எழுதிய ஸ்லோகங்கள்னு சொல்லியும் நான் அதெ அனுமதிக்கலேங்கிறது தப்பான தகவல் . . . நான் சமஸ்கிருத துவேஷியுமில்லே. நல்ல இலக்கியத்திலெ ஈடுபாடு இருந்தா மொழி வெறுப்பு எங்கிருந்து வரும்?' என்றான் கேசவன்.

அவர் சிறிது நேரம் பேசாமல் அவனையே உற்றுப் பார்த்துக் கொண்டிருந்தார்.

'சரி, நீ போகலாம் . . .' என்றார் அமைதியாக. கேசவனுக்கு அவர் சொல்வதின் அர்த்தம் புரியவில்லை. ராஜினாமா செய் என்கிறாரா, அல்லது 'ஸஸ்பென்ட்' செய்யப் போகிறார்களா, எங்கே 'போகலாம்' என்கிறார்?

'என்ன பாத்திண்டு நிக்கறே? இனிமே நம்ம காலேஜ் பாலிஸிபடி, 'சைலென்ட் ப்ரேயர்'தான், யாரும் எந்த பாஷையிலும் பாட வேண்டாம்னு சொல்லிடு, இதுக்கு மேலே இந்த விவகாரத்தைப் பத்தி நான் விவாதிக்க விரும்பலே. யு கான் கோ...' என்றார் கறாராக.

அவர் எப்படி இந்தப் பிரச்னையைச் சமாளித்தார் என்று கேசவனுக்குப் புரியவில்லை. உண்மையிலேயே இவருக்கு அவனிடம் அக்கறை இருப்பதுபோல்தான் தோன்று கிறது. அவன் செய்தது தவறில்லை என்று அவருக்குப் புரிகிறது. 'தாங்க் யு, ஸார்' என்று சொல்லிவிட்டு அவன் வெளியே வந்தான். அவன் மறுபடியும் ஆசிரியர் அறைக்குப் போன போது, அறையில் கண்ணனைத் தவிர வேறு யாரும் இல்லை. கண்ணன் ஒரு புத்தகத்தில் ஆழ்ந்திருந்தான். அவன் கேசவன் வருவதைப் பார்த்ததும் புத்தகத்தை மூடினான். அவனைப் பார்த்துப் புன்னகை செய்தான்.

'உங்களை 'ஸஸ்பென்ட்' பண்ணா, தானும் போயிடறதா அப்பா கண்டிப்பா சொல்லியிருக்கார். 'செக்ரெட்ரி'க்குச் சில பலகீனங்கள் உண்டு. அப்பாவுக்கு அது நன்னா தெரியும். அப்பா தானும் போயிடறதா சொன்னவுடனே அவர் பயந்துட்டார். அடாவடிப் பேர்வழிகள்லாம் அடிப்படையிலே பயந்தாங்கொள்ளிக...' என்று கூறிவிட்டுச் சிரித்தான் கண்ணன்.

'நான் பிரின்ஸ்பல்லுக்கு தர்மசங்கடம் கொடுக்க வேண்டாம்னு, வேலையைவிட்டுப் போயிடலாம்னு நினைச்சேன்... இப்பொ அவர் எனக்காக உறுதியா நிக்கறார்னு தெரிஞ்சப்பொ, அப்படிப் போனா நான் அவருக்கு துரோகம் பண்ற மாதிரியும் இருக்கும்...' என்றான் கேசவன். கண்ணன் சிரித்தான்...

'எதுக்குச் சிரிக்கறீங்க?'

'யு ஆர் ஆன் இன்காரிஜிபில் ரொமான்டிக்'னு எனக்குப் படறது. முடிவு எடுக்கணும்னா 'சென்டிமென்ட்ஸ்' கூடவே கூடாது. கீதை படிச்சிருப்பீங்க. உங்களுக்கு எது நல்லதுன்னு உங்களுக்குப் படறதோ அதுதான் சரி. யாருக்கும் நீங்க துரோகம் பண்ணலே. இது உங்க முடிவு. அப்பாவுக்கு உங்களைப் பிடிச்சிருக்கு. ஆனா உங்க நல்லத்துக்கு நீங்க வேற எங்கையாவது போகணும்னு நினைச்சீங்கன்னா அவர் குறுக்கே நிக்க மாட்டார். அவர் சுபாவம் அப்படி. என்னையே எடுத்துக்கோங்களேன். நான் கல்யாணம் பண்ணிக்கிறதில்லேன்னு தீர்மானம் பண்ணிட்டேன். என் அம்மா, தாத்தா எல்லாரும் நான் என்

முடிவை மாத்திக்கணும்னு தலைகீழா நின்னா. அப்பா என்னை அப்படி வற்புறுத்தலே. 'கல்யாணம் பண்ணிக்காமெ இருக்கிறதுக்கு உனக்கு வலுவான காரணங்கள் இருக்கலாம், அதெ நீ என்கிட்டெ சொல்ல வேண்டிய அவசியமுமில்லே. நீ தப்பான வழியிலே போகமாட்டேன்னு எனக்கு நிச்சியமாத் தெரியும்' அப்படின்னு சொன்னார், அவ்வளவுதான் ...' என்றான் கண்ணன்.

'நான் ராஜினாமா செய்யப் போறேங்கிறதை அவர் ஆதரிக்கலியே ...' என்றான் கேசவன் 'என்ன செய்யப் போறேன்னு கேட்டிருப்பாரே?' 'கேட்டார். யோசிக்கலேன்னு சொன்னேன் ...'

'யு ஸீ . . . எது செய்தாலும் ஒரு 'டெஃப்னட் ப்ளான்' வேணுங்கிறது அவர் கொள்கை. உங்களைப் பிடிக்கலேன்னா இதுகூடக் கேட்டிருக்கமாட்டார். எக்கேடு கெட்டுப் போன்னு பேசாமலிருந்திருப்பார். 'செக்ரெட்ரி' கிட்டெ அப்படிப் பேசியும் இருக்கமாட்டார். ஆனா இதுக்காக, நீங்க 'நன்றிக் கடன்' அது இதுங்கிற 'சென்டிமென்ட்' புண்ணாக்குக்காக, உங்களுக்கு எது நல்லதுன்னு உங்களுக்குப் படறதோ அதெ செய்யத் தயங்க வேண்டாம் . . . ஆர் யு எ கம்யூனிஸ்ட் . . ?' திடீரென்று எந்தவிதச் சம்பந்தமுமில்லாமல் அவன் கேட்ட கேள்வி கேசவனைத் திடுக்கிட வைத்தது. 'கம்யூனிஸ்ட்னு சொல்ல முடியாது. மார்க்ஸிஸத்திலே எனக்கு ஈடுபாடு உண்டு.'

'லைக் ஆல் குட் இண்டலக்டுவல்ஸ் ... தீர்க்கதரிசிகளோட சிலுவையே அவர்களுடைய சிஷ்யர்கள்தான், ஸ்டாலின் மாதிரி . . . லூயி ஃபிஷர் எழுதியிருக்கிற புஸ்தகம் வந்திருக்கு, 'தி லைஃப் அன்ட் டெத் ஆஃப் ஸ்டாலின் . . . தரேன், படிங்க . . . சரி, நான் வரட்டுமா? . . .' இப்பொழுதுதான் முதல் தடவையாக அவன் கண்ணனுடன் இவ்வளவு நேரம் பேசியிருக்கிறான். அவன் நன்கு படித்தவன், கெட்டிக்காரன் என்று அவன் கேள்விப் பட்டிருக்கிறானே தவிர, அவன் யாரோடும் நெருங்கிப் பழகியோ, பேசியோ அவன் பார்த்ததில்லை.

பன்னீர் தெளித்துவிட்டுப் போவது போலிருந்தது கண்ணன் அவனுடன் பேசியது. நறுமணம் இன்னும் எஞ்சி நின்றது. தமிழில் இறைவணக்கம் பாடிய சிவஞானம் என்ற அந்த மாணவனை அடுத்த நாள் தனியே சந்தித்தான் கேசவன். அந்தப் பையனை அவனுக்கு மிகவும் பிடிக்கும். தமிழில் அவனுக்கு நல்ல தேர்ச்சி என்பதோடு மட்டுமல்லாமல் மிகவும் அடக்கமான மாணவன். சிலப்பதிகாரத்தில் வருகின்ற மூன்று வரிகளுக்கு அவன் தேர்வு விடைத் தாளில் கொடுத்திருந்த விளக்கம் கேசவனுக்கு மிகவும் பிடித்திருந்தது. அவன் அதற்கு முன் இவ்விளக்கத்தைக் கேட்டதில்லை.

'மலையிடைப் பிறவா மணியே என்கோ!
அலையிடைப் பிறவா அமுதே என்கோ!
யாழிடைப் பிறவா இசையே என்கோ!'

என்று கோவலன் கண்ணகியை நலம் பாராட்டும் பகுதி. 'மலையிடைப் பிறவா மணி' பார்வதி என்றும், 'அலையிடைப் பிறவா அமுது', திருமகள் என்றும், 'யாழிடைப்பிறவா இசை' சரஸ்வதி என்றும் அவன் விளக்கம் எழுதியிருந்தான். கேசவன் இதை வகுப்பில் எடுத்துச் சொல்லியும் சிவஞானத்தைப் பாராட்டியிருக்கிறான்.

சிவஞானத்துக்கும் அவனிடம் நல்ல மரியாதை. கேசவன் அவனிடம் இனி இறை வணக்கம் அரசியல் பிரச்னை ஆகவேண்டாம், ஆகவே கல்லூரிக் கொள்கையின்படி, மனசுக்குள் தியானம் செய்தால் போதும் என்று கேட்டுக் கொண்டான். இதனால் முதல்வருக்கு ஏற்பட்ட தர்மசங்கடத்தையும் அவன் விளக்கிக் கூறினான்.

'கதிர்வேல் சொன்னான், 'நீ தமிழ்லே பாடு, என்னா ஆகறதுன்னுப் பாக்கலாம்'னு,' என்று சிரித்துக்கொண்டே கூறினான் சிவஞானம்.

'நீயும் இது அரசியல் ஆகறதை விரும்பறியா? சமஸ்கிருதத்திலே பாடித்தான் ஆகணும்னு வற்புறுத்தினாங்கன்னா எதிர்கலாம்... அமைதிக்கு ஈடான மொழி உலகத்திலே எதுவுமேயில்லே. 'ஆடி, பாடி, கண்ணீர் மல்கி' என்பதற்கு என்ன அர்த்தம் சொல்றாங்க தெரியுமா? இறைவனை நினைத்து ஆடியும் பாடியும், எல்லாத்துக்கும் மேலாக, எஞ்சிய உணர்வுகள் அமைதியா கண்ணீராய்ப் பெருகன்னு ... இதுதான் மிக உயர்ந்த மொழி...'

'ரொம்ப நல்லாயிருக்கு, ஸார் ... உங்களுக்கு ஒரு பிரச்னையும் வராது, நான் பாத்துக்கறேன் ...' என்றான் சிவஞானம். கேசவனுக்கு மனம் அமைதியாயிற்று.

கேசவன் கல்லூரி ஹாஸ்டலில் தங்கிருந்தான். அவன் அங்கு தங்கியிருந்த காரணத்தினால் அவன் உதவி வார்டன் என்ற பதவி இல்லாவிட்டாலும் அந்தப் பொறுப்பில் இருந்தான். வார்டன் ஆங்கிலத்துறைப் பேராசிரியர். கண்டிப்புக்குப் பேர் போனவர். அவருக்கு வயது ஐம்பதுக்கு மேலிருக்கும். குழந்தை இல்லை. ஆகவே கல்லூரி ஹாஸ்டலில் தங்கியிருந்த மாணவர்களைத் தம்முடைய குழந்தைகள்போல் பாவித்தார்.

சனிக்கிழமைதோறும் மாணவர்கள் கட்டாயமாக எண்ணெய் தேய்த்து முழுகவேண்டும். அன்றிரவு உணவு விடுதியில் வற்றல் குழம்பு கட்டாயமாகப் பரிமாறப்படும். வார்டனாயிருந்த,

எம்.எஸ்.கே என்று மாணவர்களால் குறிப்பிடப்பட்ட கிருஷ்ணமூர்த்தி, மாணவர்கள் எண்ணெய் தேய்த்துக் குளிக்கின்றார்களா, வற்றல் குழம்பு சாப்பிடுகின்றார்களா என்று மேற்பார்வைப் பொறுப்பைக் கேசவனிடம் ஒப்படைத்திருந்தார்.

ஜாதிவேறுபாட்டு உணர்வு ஏதும் இல்லாமல் மாணவர்களிடம் பழகிய கிருஷ்ணமூர்த்தியைக் கண்டால் மாணவர்களுக்குப் பிடிக்கும். இதைத்தவிர, அவர் பாடம் நடத்துவதில் வல்லவர். ஷேக்ஸ்பியர் நாடகங்கள் அனைத்தும் அவருக்கு அத்துப்படி. ஷேக்ஸ்பியர் உரையாடல் பகுதிகளையே தம் அன்றாட உரையாடல்களுக்கும் தங்கு தடையின்றிப் பயன்படுத்துவது அவர் வழக்கம். தேர்வுகள் நடக்கும்போது, தேர்வு அறையில் அவருக்கு ஓய்வு தரும் வகையில், இன்னொரு ஆசிரியர் சென்றால், *'For this relief much thanks'* என்று ஷேக்ஸ்பியர் 'ஹாம்லெட்'டில் வரும் வரியைச் சொல்லிக்கொண்டே வெளியில் வருவார். ஆனால், மாணவர்களுக்கு அவருடைய இந்தச் சனி எண்ணெய் நீராட்டு நிர்ப்பந்தம் பிடிக்கவில்லை. அவர்கள் கேசவனை இதுபற்றி அவரிடம் பேசும்படி சொன்னார்கள்.

சிவஞானத்தைப் பற்றிக் கிருஷ்ணமூர்த்திக்கு உயர்ந்த அபிப்பிராயம். அவன் ஷேக்ஸ்பியரின் 'ஆன்டனி அன்ட் கிளியோபாட்ரா'வைத் தமிழில் மொழிபெயர்த்துக் காட்டியிருக்கிறான். அவருக்குத் தமிழில் அவ்வளவு தேர்ச்சி இல்லாவிட்டாலும், ஷேக்ஸ்பியர் நாடகத்தை 'இன்டர்மீடியட்' படிக்கும் மாணவன் ஒருவன் மொழிபெயர்க்க முயன்றிருக்கிறான் என்பதே மகிழ்ச்சியைத் தந்தது.

'சிவஞானம் ஈஸ் எ ஜீனியஸ்' என்றார் அவர் கேசவனிடம். சிவஞானம் எல்லா விஷயங்களையும் அவருடன் பகிர்ந்து கொள்ளுகிறான் என்பது, அன்றிரவு, எம்.எஸ்.கே அவனிடம், இந்த இறை வணக்கப் பிரச்னையைப் பற்றிக் கேட்டபோதுதான் கேசவனுக்குத் தெரிந்தது.

'ஆமாம். எதையும் கட்டாயப்படுத்துவது மாணவர்களுக்குப் பிடிக்கவில்லை,' என்றான் கேசவன்.

'தட் ஈஸ் கரெக்ட் . . . எனக்கும் இந்த 'ப்ரேயர்' நிர்ப்பந்தம் பிடிக்கவில்லை. வீட்டில் நிம்மதியாகச் செய்ய வேண்டிய காரியம். அந்தரங்கமானது. பகிரங்கப்படுத்துவது ஆடம்பரம்,' என்றார் எம்.எஸ்.கே.

'சனிக்கிழமைதோறும் மாணவர்கள் எண்ணெய் தேய்த்து முழுகியாக வேண்டுமென்று கட்டாயப்படுத்துவது நிர்ப்பந்தமில்லையா?' என்றான் கேசவன்.

‘வாட் டு யூ மீன்? இது மாணவர்களுடைய தேக ஆரோக்கியத்துக்காக . . . இது ‘ஹாஸ்டல்’ இல்லை, வீடு. வீடு என்ற உணர்வு அவர்களுக்கு வரணும் . . . வீட்டில் அம்மா அப்பா சனிக்கிழமை எண்ணெய் தேய்த்து முழுகு என்று சொல்லமாட்டாங்களா? ஐ வான்ட் தெம் டு ஃபீல் தே ஆர் இன் தேர் ஓன் ஹவுஸ் . . . இந்தப் பசங்க என்னுடைய குழந்தைங்க, கேசவன் . . . ஒன்பது துவாரத்திலும் எண்ணையை ஊத்திண்டு முழுகினாத்தான் இந்த மெஷின் நன்னா வேலை செய்யும் . . . நான் சொல்லலே, ஆயுர்வேதம் சொல்லறது. என் தாத்தா ஒரு ஆயுர்வேதிக் டாக்டர். 93 வயசாறது, ஆரோக்கியமா இருக்கார். சைக்கிள் விடறார், தெரியுமா?’

‘நீங்க ஷேக்ஸ்பியர்லே அத்தாரிட்டி . . . ஷேக்ஸ்பியர் எண்ணை தேச்சு முழுகினாரா?’ என்று சிரித்துக்கொண்டே கேட்டான் கேசவன்.

‘குளிர்ப் பிரதேசத்திலே குளிக்கவே வேண்டாம். ஷேக்ஸ்பியர் மூணு மாசத்துக்கு ஒரு தடவைதான் குளிச்சார்னு அவர் நாடகங்கள் மூலமாகவே என்னாலே நிரூபிக்கமுடியும் . . . இப்பொ அது முக்கியமில்லே. எண்ணெய் தேச்சுக்கிறது தேவையில்லேன்னு சொல்லாதீங்க . . .’

‘நான் எண்ணெய் தேச்சுக்கிறதில்லே, காரணம் தெரியுமா? நான் கும்பகோணத்திலே வீட்டிலே இருந்த வரைக்கும், எண்ணெய் தேச்சுக்கோ, எண்ணெய் தேச்சுக்கோன்னு, என் அம்மாவோட நிர்ப்பந்தம், அண்ணாமலை யுனிவர்ஸிட்டி ஹாஸ்டல்லே போய் சேர்ந்தவுடனே, எதை என்னுடைய ‘ஃப்ரீடம்’னு நினைச்சேன் தெரியுமா, இனிமே எண்ணெய் தேச்சுக்க வேணாங்கிறதைத்தான்! அதனால்தான் சொல்றேன் . . . இந்த ‘கம்பல்ஷன்’ வேணாம் . . . அவங்க எண்ணெய் தேச்சுக்கிறாங்களா இல்லையான்னு என்னாலே ஒவ்வொரு பாத்ரூமுக்குப் போய் எட்டிப் பாத்திண்டும் இருக்க முடியாது. தேச்சுக்கிறவங்க தேச்சுக்கட்டும். மத்தவங்களைப் பத்திக் கவலைப்படாதீங்க . . . இதைப் பத்தி விவாதிக்கறதே எனக்கு ‘அப்ஸர்டா’ படறது . . .’

எம்.எஸ்.கே சிறிது நேரம் அவனை உற்றுப் பார்த்தார். பிறகு சொன்னார்: ‘பசங்களுக்குப் பிடிக்கலேன்னா நான் வற்புறுத்த விரும்பலே . . . தே ஆர் நோ லாங்கர் மை சில்ட்ரென் . . . எனக்குக் குழந்தைகளே கிடையாது, அவங்க என்னை அவங்களுடைய அப்பாவா நினைக்கலே. அதெ நான் ‘ரியலைஸ்’ பண்ணனும் . . . அவ்வளவுதான் . . . ஐ டோன்ட் வான்ட் டு பி அ வார்டன் எனி மோர் . . . தி ரெஸ்ட் ஈஸ் ஸைலென்ஸ் . . .’ என்று ‘ஹம்லெட்’டிலிருந்து ஒரு மேற்கோளைச் சொல்லிவிட்டு அவர் போய்விட்டார்.

அவருடைய ஏக்கம் கேசவனுக்குப் புரிவதுபோலிருந்தது ... அவரைப்பொறுத்த வரையில் ஹாஸ்டல் மாணவர்கள் எண்ணெய் தேய்த்துக்கொள்வதென்பது அவருக்குத் தமக்குக் குழந்தை இல்லாத இழப்பை ஈடு செய்யும் குறியீடாக இருந்து வந்திருக்கிறது என்று அவனுக்குத் தோன்றிற்று. அவர் போனவுடன் அவன் ஹாஸ்டலில் தங்கியிருந்த மாணவர்களைச் சந்தித்து எம்.எஸ். கேவுடன் இதுபற்றித் தான் பேசியது பற்றிக் கூறினான். இதைத் தொடர்ந்து அவன் சொன்னான்:' அவர்கிட்டே உங்களுக்கு மரியாதை இருக்குன்னு எனக்குத் தெரியும். மரியாதை மட்டும் போதாது. பிரியமும் வேணும் அவர் தம்மை உங்களுடைய அப்பாவா நினைச்சிண்டிருக்கார். நீங்க சொன்னதை அவரிடம் சொன்னபோது, அவர் முகத்திலே பரவிய சோகம் எனக்கு என்னவோ மாதிரி இருந்தது. அவருடைய கனவை நான் கலைச்ச மாதிரி எனக்குப் பட்டது. நீங்க 'பாத்ரூம்' குள்ளே போய் எண்ணெய் தேச்சுக்கறீங்களோ இல்லையோ, அவர் தேச்சுக்கணும்னு வற்புறுத்துவதை ஒரு கௌரவப் பிரச்னையா ஆக்காமெ, நாளைக்கு அவர்கிட்டே போய், என்ன செய்வீங்களோ தெரியாது, அவரைச் சமாதானப்படுத்தி அவர்தான் 'வார்டனா' இருக்கணும்னு கேட்டுக்கங்க ... இனிமெ இதை ஒரு பிரச்னையா ஆக்கமாட்டோம்னு வாக்குறுதி கொடுத்தா கூடத் தப்பில்லே ... ஹி ஈஸ் அ குட், ஸிம்பில் மேன் ...' அவன் சொன்னதை அவர்கள் ஒரு மனதாக ஏற்றுக் கொண்டது அவனுக்கு மகிழ்ச்சியை அளித்தது.

எதுவும் சிக்கலான பிரச்னையில்லை, 'ஈகோ' வைக் கழற்றி வைத்துவிட்டுப் பார்த்தால், தீர்வில்லாத பிரச்னையென்று எதுவுமேயில்லை என்று தோன்றுகிறது.

5

'என்ன 'பிஸி'யா இருக்கியா?' என்ற குரல் கேட்டு ஆசிரியர் அறையிலிருந்த கேசவன் திரும்பினான். முதல்வர்! படித்துக்கொண்டிருந்த புத்தகத்தை மூடிவிட்டு, எழுந்து நின்றான் கேசவன்.

'நாளைக்கு நம்ம காலேஜுக்கு வரப் போற வி.ஐ.பிக்களைக் கவனிச்சுக்க வேண்டியது உன் பொறுப்பு. ஒத்தர் வைஸ்-பிரஸிடெண்ட் ஆஃப் இண்டியா, இன்னொருத்தர் முக்கியமான காங்கிரஸ் எம்.பி. உன் கனவு நிறைவேற வழி பண்றேன்...' என்றார் முதல்வர் சிரித்துக்கொண்டே...'புரியலே, ஸார்... என் கனவா?'

'உன் கனவுகளுக்குத் திருச்சினாப்பள்ளி சின்ன இடம். பெரிய இடத்துக்குப் போக வேண்டாமா, அதுவும் 'காபிடல் ஸிட்டி'க்குப் போனா உன் கனவெல்லாம் நிறைவேற சாத்தியமிருக்கு, இல்லையா? வரப் போற வி.ஐ.பிக்கள் மனசு வச்சா நடக்கும்... அதனால்தான் உன்னைப் பொறுப்பா போட்டிருக்கேன்...' என்றார் புன்னகையுடன்.

'நோ ஸார்...நான் இங்கே சந்தோஷமாத்தான் இருக்கேன்... எனக்கு வி.ஐ.பிக்களைக் கண்டா பயம். அவர்களைக் கவனிச்சுக்கிற சாமர்த்தியம் எனக்குக் கிடையாது,' என்றான் கேசவன்.

'சும்மா விளையாட்டுக்குச் சொன்னேன். நீ போய் அவா தங்கப் போற பங்களாலேந்து காலேஜுக்கு அழைச்சிண்டு வரணும், அவ்வளவுதான்...'

'எஸ் ஸார்' என்று அவன் தலை அசைத்தான்.

முதல்வர் போய்விட்டார்.

யார் சொல்லியிருப்பார்கள் அவரிடம், தான் தில்லி போக விரும்புவதை? நாக்ஜியாக இருக்குமோ?

இந்திரா பார்த்தசாரதி

அவன் இந்த மாதிரி வம்பளக்கக் கூடியவன் இல்லையே, அதுவும் முதல்வரிடம்? அப்பொழுது நாக்ஜி ஆசிரியர் அறைக்குள் நுழைந்தான்.

'திங்க் ஆஃப் தி ... நீ ஏஞ்சல் இல்லை, டெவில், உன்னை யார் பிரின்ஸ்பல்லிடம் நான் டெல்லிக்குப் போவதென்பது என் கனவு என்று சொல்லச் சொன்னார்கள்? நீ வம்பளப்பாய் என்று நான் எதிர்பார்க்கவே இல்லை...' என்றான் கேசவன்.

'வாட் டு யூ மீன்? நான் அவரிடம் சொன்னேன் என்று யார் சொன்னார்கள்? ஸ்டஃப் அன்ட் நான்ஸென்ஸ்...' என்றான் நாக்ஜி.

'பிறகு யார் சொல்லியிருப்பார்கள்? உன்னிடம் மட்டுந்தான் நான் சொன்னேன்... இப்பொழுது நாளைக்கு டெல்லியிலிருந்து வருகிற வி.ஐ.பிக்களை அழைத்து வரும் பொறுப்பை என் தலை மீது கட்டிவிட்டார் முதல்வர்... ஐ ஹேட் வி.ஐ.பிஸ் ஆஃப் எனி கைன்ட்.'

நாக்ஜி புன்னகை செய்தான். 'ஏன் சிரிக்கிறாய்? நீதான் சொன்னாயா?'

'இல்லை. கண்ணனுடன் பேசிக்கொண்டிருந்தேன். ஏதோ பேச்சு வந்தது. உன் கனவுகளைப் பற்றி அவரிடம் சொன்னேன்...'

'டாமிட்... இப்பொழுது புரிகிறது. கண்ணன்தான் அவரிடம் சொல்லியிருக்க வேண்டும். என்னைப் பற்றி மற்றவர்களிடம் நீ எதற்காக விவாதிக்க வேண்டும்?'

'உன்னைப் பற்றி கண்ணனுக்கு மிக உயர்ந்த அபிப்பிராயம்... கனவு காண்பதென்பது நம் அரசியல் சட்டத்தின்படி குற்றமில்லையே...' என்றான் நாக்ஜி...

கேசவனுக்கு வி.ஐ.பிக்கள் மீது வெறுப்பு என்பதைக் காட்டிலும் அவர்களைக் கண்டால் அவனுடையான இயல்பான கூச்சம் தலையெடுத்தது என்பதுதான் உண்மை. அதனால் அவர்களுடன் சுலபமாகப் பழகுவது என்பது அவனுக்குக் கஷ்டமாக இருந்தது.

அவன் தில்லிக்குப் போவதற்கு அவர்கள் எந்த வகையில் உதவப் போகிறார்கள்? அதுவும் ஒருவர் துணை ராஷ்டிரபதி. மெத்தப் படித்தவர். அவர் மேற்கோள் காட்டும் சமஸ்கிருத நூல்களை அவர் மூலத்தில் படித்ததில்லை, ஆங்கிலத்தில்தான் படித்திருக்கிறார் என்று நாகராஜ சர்மா ஒரு தடவை 'ஹிண்டு'வில் 'ஆசிரியருக்குக் கடிதம்' பகுதியில் எழுதியிருந்தது அவன் நினைவுக்கு வந்தது. சமஸ்கிருதம் படித்த தத்துவப் பேராசிரியர்களுக்கு அவர் மீது பொறாமையாகக் கூட இருக்கலாம்.

மார்கஸ் அரெலியஸ் மாதிரி அவரை 'பிலாசஃபர்-கிங்' என்கிறார்கள். அப்படியென்றால் அவருக்கு ஆன்மிகத்தையும் லௌகிகத்தையும் நன்கு இணைக்கத் தெரியும் என்று அர்த்தம். இணைத்துத் தூதுவராகி, துணை ராஷ்டிரபதியாகக் கூட ஆகிவிட்டார்!

அவரைத் தன்னை தில்லிக்குக் கூட்டிச் செல்லுங்கள் என்று அவனால் கேட்கமுடியுமா? இன்னொருவர் பழுத்த அரசியல்வாதி, தொழிற்சங்கத் தலைவர். இப்பொழுது காங்கிரஸ் எம்.பி. அரசியல்வாதிகளை அவ்வளவு சுலபமாக நம்பிவிட முடியாது. உதவுவதால் அவர்களுக்கு ஏதாவது அநுகூலம் இருக்க வேண்டும்.

அடுத்த நாள் அவன் காலையில் அவர்கள் தங்கியிருந்த பங்களாவிலிருந்து அவர்களைக் கல்லூரிக்கு அழைத்துவரப் போனான். மாவட்ட கலெக்டர், போலீஸ் அதிகாரிகள் இருவருடன் அவ்வீட்டு 'வெராந்தாவில்' நின்றுகொண்டிருந்தார். அவன் தன்னை அவர்களுக்கு அறிமுகப்படுத்திக் கொண்டான்.

கதர் 'பான்ட்', முழுக் கை கதர் சட்டை அணிந்த ஒருவர் வெளியே வந்தார். சிகப்பாக இருந்தார். நாற்பத்தைந்து வயதிருக்கலாம். அகலமான முகம். அவர் எம்.பியாக இருக்க வேண்டுமென்று கேசவனுக்குத் தோன்றிற்று.

'காலேஜ் யூனியன் 'ப்ரிஸெடென்ட்' டா நீ?' என்று அவர் கேட்டார்.

'இல்லே . . . நான் தமிழ் டிபார்ட்மென்ட்' லே இருக்கேன் . . . என் பேர் கேசவன்,' என்றான் அவன்.

'தமிழ் 'டிபார்ட்மென்ட்'டா? யு லுக் யங் அன்ட் ஸ்மார்ட் . . .' என்றார் அவர்.

கேசவனுக்கு வந்த கோபத்தைக் கட்டுப்படுத்த முடியவில்லை. 'எம்.பி என்றதும், கதர்க்குல்லாய், பெருந் தொந்தி, கதர் வேட்டி, கதர் முக்கால் கைச் சட்டை சகிதம் ஒரு முதியவரைத்தான் நான் எதிர்பார்த்தேன்,' என்று சொல்லலாமா என்று நினைத்தான். சொல்லவில்லை.

'தமிழ் வாத்தியார்னா, கிழவராகவும், வாழ்க்கையை வெறுத்தவராகவுந்தான் இருக்கணுமா?' என்று கேட்டான் அவன். அவர் இதை எதிர்பார்க்கவில்லை. புன்னகை திடீரென்று மறைந்து, முகம் கண நேரத்துக்கு 'ஸீரியஸ்' ஆவது போல் தோன்றியது. மறுபடியும் புன்னகை. சமாளித்துக்கொண்டு விட்டார்.

'தமிழ் வாத்தியார்னா, உ.வே. சாமிநாத அய்யர் ஞாபகந்தான் வறது. அதனால்தான் 'ஸப்-கான்ஷஸ்'லே தமிழ் வாத்தியார்னா ஒரு வயசான பிம்பந்தான் படிஞ்சிருக்கு ... நான் அவருடைய 'ஸ்டூடென்ட்'தான், 'வாட் அ டீச்சர்'! நன்னா பாடுவார்! உனக் ... உங்களுக்குப் பாடத் தெரியுமா?'

'தெரியாது. பாடம் சொல்லிக் கொடுக்கத் தெரியும் ...'

அவனுக்கே ஆச்சர்யமாக இருந்தது கூச்சமில்லாமல் தன்னால் இப்படிப் பேசமுடியுமென்று.

'யு ஆர் ரியலி ஸ்மார்ட் ... சரி, நீ ... நீங்க ...' என்று அவர் சொல்வதற்குள் அவன் இடைமறித்தான்.' பரவாயில்லே, நீன்னு சொல்லலாம் ...'

'நீ வண்டி கொண்டுவந்திருக்கியா?'

'ஆமாம் ... காலேஜ் 'செக்ரட்ரி' யோட கார். உங்களை வரவேற்க அவா அங்கே காத்திண்டிருக்கா ...'

'குட் ... மிஸ்டர் சிவசாமி ...' என்று அவர் மாவட்டத் தலைவரைக் கூப்பிட்டார்.

'எஸ், ஸார்,' என்று அவர் வந்தார்.

'கல்லூரியிலிருந்து வண்டி அனுப்பியிருக்கிறார்கள். நானும் துணை ராஷ்டிரபதியும் அந்த வண்டியில் போகிறோம். நீங்கள் இவரை . . . இவர் கல்லூரி ஆசிரியர் . . . பேரென்ன சொன்னீர்கள்?'

'கேசவன்.'

'எஸ். கேசவன் ... இவரை அழைத்துக்கொண்டு வாருங்கள் ... ஓ.கே?'

'எஸ், ஸார் ...'

துணை ராஷ்டிரபதியோடு சவாரி செய்ய அவனுக்குத் தகுதியில்லை என்பதை அவன் புரிந்துகொண்டான்.

வண்டியில் கலெக்டர் அவனுடன் பேசவில்லை. ஐ.ஏ.எஸ் தேர்வில் வெற்றிப் பெற்று ஒரு மாவட்ட அதிகாரியாக இருப்பது இதற்குத்தானா. சாதாரண ஒரு கல்லூரி ஆசிரியருடன், எம்.பி.இன் ஆணையின் பேரில் பயணம் செய்ய வேண்டுமென்பதற்காக என்று அவர் தம் மனத்துக்குள் அங்கலாய்த்துக் கொண்டிருக்கலாம்!

கல்லூரி முகப்பில், முதல்வர், 'செக்ரட்ரி', மூத்தப் பேராசிரியர்கள் ஆகியவர்கள் வி.ஐ.பியை வரவேற்க முக

மலர்ச்சியுடன் காத்துக்கொண்டிருந்தனர். அவன் மாவட்டத் தலைவர் 'கார்'இலிருந்து இறங்கியதும், அவனை வரவேற்றது நாக்ஜிதான்.

'வி.ஐ.பிக்களோடு தோள் உராய்ந்தாயா?' என்று சிரித்துக் கொண்டே கேட்டான் நாக்ஜி.

'உராய்ந்து தோள் புண்ணாகிவிட்டது,' என்றான் கேசவன்.

நாக்ஜி புன்னகை செய்தான்.

துணை ராஷ்டிரபதி நூல்கள் சிலவற்றைப் படித்திருக் கின்றானே தவிர, அவர் பேசிக் கேட்டதில்லை. சில பேர் பேசும்போது, கேட்கின்றவர்கள் ஒவ்வொருவரோடும் தனித்தனியாக உரையாடுவதுபோல் இருக்கும். அவ்வாறு பேசுவது அவனுக்குப் பிடிக்கும். ஆனால், துணை ராஷ்டிரபதி பேசும்போது, ஏற்கனவே இச்சொற்பொழிவை அவர் பல முறைகள் ஆற்றிவிட்டது போன்ற ஓர் இயந்திரத் தன்மை புலப்பட்டது. உபநிஷதங்களிலிருந்தும், கீதையினின்றும் மேற்கோள்கள் வரிசையாக அணிவகுத்து நின்றன. அழுத்தந் திருத்தமான அவர் உச்சரிப்பும், சரளமான ஆங்கிலமும் பலரைக் கவர்ந்திருக்க வேண்டும்.

ஆனால் தத்துவப் பேராசிரியர் இராமசந்திர அய்யரை அவர் பேச்சு கவரவில்லை என்று தோன்றியது. அவர் ஓர் அலட்சியப் பார்வையுடன் வேறெங்கோ பார்த்துக்கொண்டிருந்தார். கூட்டம் முடிந்த பிறகு வெளியே வந்ததும் கேசவன் அய்யரைக் கேட்டான்: 'நன்னா பேசறாரில்லே?'

இராமச்சந்திர அய்யர் அவனை ஏற இறங்கப் பார்த்துவிட்டு, அவன் அறியாமையைக் கண்டு இரங்குவது போல் புன்னகை செய்தார்.

'உங்களுக்குப் பிடிக்கலியா?'

'இங்கலீஷ் பேசி உங்க எல்லாரையும் பிரமிக்க வைக்கிறான் ... அவ்வளவுதான்.'

'நம்ம தத்துவப் பாரம்பரியத்தை மேல்நாடுகளுக்கு விளக்கிச் சொல்ல இவரைக் காட்டிலும் வேற ஆள் இல்லேங்கிறாளே?'

'பகவத் கீதையை அவாவா அவா இஷ்டத்துக்கு அர்த்தம் பண்ணிக்கிறா ... என்னத்த சொல்லறது? பகவான்தான் இன்னொரு அவதாரம் எடுத்து இதெல்லாத்தையும் சரி பண்ணனும் போலிருக்கு ... சரி, நான் வறேன் ...' அவர் போய்விட்டார்.

அவன் ஆசிரியர் அறைக்குப் போனபோது, அநேகமாக எல்லா ஆசிரியர்களும் இருந்தார்கள். துணை ராஷ்டிரபதியின்

பேச்சைத்தான் விவாதித்துக்கொண்டிருந்தனர். அநேகமாக எல்லோரும் அவருடைய ஆங்கிலத்தில் பேசும் ஆற்றலைப் பற்றித்தான் வியந்து பேசினார்கள். இது ஒரு வகையில் பார்க்கப் போனால், நம்முடைய தாழ்வு மனப்பான்மையா என்று கேசவனுக்குத் தோன்றிற்று.

'ஹி ஈஸ் அ ஜீனியஸ்,' என்றார் எம்.கே.வி. கண்ணன் சிரித்தான்.

'எதுக்குச் சிரிக்கறே?' என்றார் எம்.கே.வி.

'உங்க 'லிஸ்ட்' படி உலகத்திலே பாதிபேருக்கு மேலே, எல்லாரும் 'ஜீனியஸ்' தான் . . . ஹி ஈஸ் நாட் கிரியேடிவ் . . . நல்ல வாத்தியார், அரசியல் தெரிந்த வாத்தியார், அவ்வளவுதான் . . .'

'பல ஆண்டுகளுக்குப் பிறகு ஸ்டாலினைச் சந்தித்த ஒரே அயல் நாட்டுத் தூதுவர் அவர்தான் என்கிறார்கள் . . .' என்றான் கேசவன்.

'ஸ்டாலின் அவரைச் சந்திக்க விரும்பினாராம். எதற்கு என்று எனக்குப் புரியவில்லை. சந்திப்பில் என்ன பேசினார்கள் என்று யாருக்கும் தெரியாது. ஒன்றுமே பேசாமல்கூட இருந்திருக்க லாம். சந்திப்பு ஒரு செய்தியாயிற்று. அவ்வளவுதான் . . . ஸ்டாலின் உயிருடன் இருக்கிறாரென்று உலகத்துக்கு அறிவிப்பதற்காகவும் இந்தச் சந்திப்பு ஏற்பாடு செய்யப்பட்டிருக்கலாம் . . . இந்தியாவும் சோவியத் யூனியனும் ரொம்ப நெருக்கமில்லயா, 'தாங்க்ஸ் டு கிருஷ்ண மேனன் . . .' என்றான் கண்ணன்.

'இராமச்சந்திர அய்யருக்கு அவர் பேச்சு பிடிக்கலே . . .' என்றான் கேசவன்.

'ஐ ஆம் நாட் ஸர்ப்ரைஸ்ட் . . . அவர் எங்கே?' என்று சுற்று முற்றும் பார்த்தான் கண்ணன்.

'ஆத்துக்குப் போயிட்டார். இன்னிக்கு அவர் 'லீவ்' எடுத்திருந்தார், ஆத்திலே வேலையாம். 'பிரின்ஸ்பல்' 'மீட்டிங்'குக்கு வாங்கோன்னு சொல்லியிருந்தார். வந்துட்டுப் போயிட்டார்,' என்றார் சமஸ்கிருதப் பேராசிரியர் பஞ்சாபகேச சாஸ்திரிகள். அன்று துணை ராஷ்டிரபதி விஜயத்தை ஒட்டி, கல்லூரிக்கு விடுமுறை அறிவித்துவிட்டார் முதல்வர் என்பதால், சிறிது நேரம் பேசிவிட்டு வீட்டுக்குப் புறப்பட்டார்கள் கல்லூரி ஆசிரியர்கள்.

நாக்ஜி கேசவனிடம் வந்தான்.

'நீ அவர்களைச் சந்திக்கவேயில்லையா?'

'எம்.பி ஐப் பார்த்தேன். எனக்குத் துணை ராஷ்டிரபதியோடு பயணம் செய்யத் தகுதி இல்லையென்று அவர் கருதியிருக்க

வேண்டும். கல்லூரி அனுப்பிய 'காரி'ல் அவர்கள் இருவரும் வந்தார்கள். என்னை கலெக்டரோடு வரும்படி சொல்லிவிட்டார். கலெக்டருக்கு நான் அவருடன் பயணம் செய்தது அவருடைய அந்தஸ்துக்குக் குறைவாக இருந்ததோ என்னவோ அவர் என்னுடன் பேசவேயில்லை,' என்றான் கேசவன்.

கேசவன் தனக்கும் எம்.பிக்குமிடையே நடந்த உரையாடலைப் பற்றியும் அவனிடம் சொன்னான்.

நாக்ஜி சிரித்துக் கொண்டே சொன்னான்: 'உன் மாதிரிதான் எனக்கும் எம்.பி என்றதும் அப்படியொரு உருவம் என் கண் முன் வந்து நின்றது. ஆனால் இவரைப் பார்த்தால் கூடிய சீக்கிரத்தில் தில்லியில் அமைச்சராவதற்குத் தம்மைத் தயார் செய்துகொண்டிருப்பவர் போல் தோன்றுகிறது. பேச்சிலும் ஒரு சராசரி அரசியல்வாதிக்கு இல்லாத நாஸூக்கும் தெரிகிறது ... சரி, நான் வருகிறேன் ... ரேவதியைப் பார்க்க வேண்டும் ...'

ரேவதி, அவன் தங்கை. ஹோலி க்ராஸ் மகளிர் கல்லூரியில் படித்துக்கொண்டிருந்தாள். அவளுக்காகவே அவன் திருச்சி யிலிருந்தான். அவனுக்குத் திருச்சி பிடிக்கவில்லை. எர்ணாக்குளம் சொர்க்க பூமி என்பது அவன் அபிப்பிராயம். ஆனால் திருச்சியில்தான் வேலை கிடைத்தது. அவன், சென்னை பிரிஸெடென்ஸி கல்லூரி எம்.ஏ.ரா.ஸ்ரீ. தேசிகன் விசிறி. வாழ்க்கையில் முன்னேற தெரியாத ஆனால் ஆங்கில, தமிழ் இலக்கியங்களில் அபார ஞானமுடையவர் என்று அவரைப் பற்றி அடிக்கடிக் கூறுவான். மிகப் பிரபலமான தமிழ்ப் பேராசிரியர் ஒருவருடைய டாக்டர் பட்ட ஆராய்ச்சி ஏட்டை தேசிகன்தான் ஆங்கிலத்தில் எழுதிக் கொடுத்தார் என்றும் கேசவன் கேள்விப் பட்டிருக்கிறான். தமிழ் ஆராய்ச்சி ஏடுகள் ஆங்கிலத்தில்தான் எழுதப்பட வேண்டும் என்பது வேடிக்கையான சட்டம்!

அடுத்த நாள் முதல்வர் அவனைப் பார்க்க விரும்புவதாகச் செய்தி வந்தது. அவன் அவரைப் பார்க்கப் போனான்.

'நேத்திக்கி ராத்ரி ஏதாவது கனவு கண்டாயா?' என்று சிரித்துக்கொண்டே கேட்டார் முதல்வர்.

'என் கனவெல்லாம் முழிச்சுக்கொண்டிருக்கும்போதுதான் ...'

'நேத்திக்கி என்ன நடந்தது, எம்.பியைப் பாக்கப் போனாயே அப்பொ? அவருக்கு ஏதாவது சொக்குப் பொடி போட்டியா?'

கேசவன் திடுக்கிட்டான். 'சொக்குப் பொடியா? என்ன சொல்றீங்க, புரியலே ...'

'உன்னை அவர் தில்லிக்குக் கூப்பிடறார், 'ஹி ஈஸ் டெரிப்லி இம்ப்ரெஸ்ட் பை யு'... புரியறதா?'

'எனக்கு 'பாலிடிக்ஸ்'லெ சேரணும்னு உத்தேசமில்லே...'

'பாலிடிக்ஸ்'லே சேர இல்லே, அங்கே ஒரு 'ஹையர் செகன்டரி' பள்ளிக்கூடம் இருக்காம். அதுக்கு அவர்தான் 'பிரஸிடெண்ட்' டாம் . . . சம்பளம் இங்கே கிடைக்கிறதைவிட ரெண்டு மடங்காம் ... டு யு வான்ட் டு கோ?' என்றார் முதல்வர்.

'ஸ்கூலா? 'ஹையர் செகன்டரி'ன்னா என்னா?'

'இன்டர்மீடியட்' காலேஜ் மாதிரிங்கிறார் அவர். பள்ளிக்கூடத்தை முடிச்சவுடனே காலேஜ்லே 'டிகிரி'க்குப் போயிடலாமாம்... எனக்கும் புரியலே...' வி. ஹாவ் நோ சச் ஸிஸ்டம்.' கூடிய சீக்கிரத்திலே இந்தியா பூறா இந்த 'ஸிஸ்டம்' தான் வரப் போறதுங்கிறார் அவர் . . . அவர் சொல்லச் சொன்னதை உன்கிட்டே சொல்லிட்டேன். முடிவு எடுக்க வேண்டியது உன் பொறுப்பு . . .'

'நீங்க என்ன நினைக்கறீங்க?' அவர் சிறிது நேரம் மௌனமாக இருந்தார்.

'நீ இதெப் பத்தி ரெண்டு நாள் யோசி . . . எது உனக்கு முக்கியம்னு யோஜிச்சுப் பாரு . . . தில்லிக்குப் போறதா, ரெண்டு மடங்கு சம்பளத்துக்குப் பள்ளிகூடத்துக்குப் போறதா இல்லாட்டா காலேஜ்லியே இருக்கறதான்னு யோஜி. காலேஜ் ஈஸ் எ காலேஜ்... ஹையரோ அய்யங்காரோ, பள்ளிக்கூடம்னா பள்ளிக்கூடந்தான் . . , 'எனிவே . . . வி ஷல் டிஸ்கஸ் லேட்டர்,' என்றார் அவர்.

தில்லிக்குப் போவதென்பது அவனுக்குப் பிடித்திருந்தது. தலைநகர் என்றால் அதிகார மையம். அதிகார வர்க்கத்துடன் உறவாட வேண்டுமென்று அவன் விரும்பாவிட்டாலும், அதிகாரம் செயல்படுவதைப் பார்வையாளனாக இருந்து காணும் அநுபவத்துக்கு வாய்ப்பு உண்டு. பல மொழி பேசும் பல் திறப்பட்ட மக்கள். திருச்சி ஒரு குறுகிய உலகம். இங்கேயே தொடர்ந்து இருந்தேனானால், பஞ்சாபகேச சாஸ்திரி மாதிரி என் வயதான காலத்தில் ஆகிவிடலாம்! 'இன்டெர்மீடியட் காலேஜ்' என்றால் பிறகு 'டிகிரி' காலேஜாக ஆகக் கூடாதா? முதல்வருக்கு அவன் அந்தக் கல்லூரியை விட்டுப் போவது பிடிக்கவில்லை போலிருக்கிறது. அதனால்தான், இதைப் பற்றி அவ்வளவு உற்சாகமாகப் பேசவில்லை. அவன் நாக்ஜியிடமும் இதைப் பற்றி விவாதிக்க விரும்பவில்லை.

இரண்டு நாட்கள் கழித்து, அவன் முதல்வரைச் சந்தித்தான்.

'உட்காரு... என்ன முடிவு பண்ணே?' என்று கேட்டார் அவர்.

'போகலாமான்னு பாக்கறேன். நீங்க வேண்டாம்னா போகலே...'

'வாட் நான்ஸென்ஸ்! நான் யாரு நீ போக வேண்டாம்னு சொல்ல? அப்படின்னா, அட்ரெஸ் தரேன் இந்த வாரக் கடைசிலே மெட்ராசுக்குப் போய், எம்.பியைப் பாரு. போகறத்துக்கு முன்னாலே 'டெலிஃபோன்' பண்ணிட்டுப் போ . . . ஹி ஈஸ் அ பிஸி மேன் . . . பாலிடிஷியன் . . . எதுவுமே உன் முடிவா இருக்கணும் . . .' என்றார் முதல்வர்.

'அது 'டிகிரி காலேஜா' ஆகுமா? இதெ பத்தி அவரைக் கேட்கலாமா?'

'எல்லாத்தியும் போட்டு நீ குழப்பிக்கறே . . . உனக்கு டெல்லிக்குப் போகணும், அதுதான் ஆசை. அப்படிப் போக இது ஒரு 'சான்ஸ்', அவ்வளவுதான் . . . உன்னை நான் சரிவரப் புரிஞ்சிண்டிருந்தேனா, இந்தப் பள்ளிக்கூடத்துக்கு ரெண்டு மடங்கு சம்பளத்துக்காக நீ போகலே . . . உனக்கு வேற ஏதேதோ கனவெல்லாம் இருக்கு... நான் குறுக்கே நிக்க விரும்பலே. நீ அவரை இது டிகிரி காலேஜா ஆகுமான்னு கேட்டியானா ஆகும்னுதான் அவர் பதில் சொல்வார் ...ஹி ஈஸ் எ பாலிடிஷியன்...' என்றார் அவர்.

'பாலிடிஷியன்'ன்னா? 'ஹி டஸ் நாட் மீன் வாட் ஹி சேஸ்'ன்னு அர்த்தமா?'

'அது 'டிகிரி' காலேஜா ஆனா என்ன, ஆகாட்டா என்ன, அவருக்கு என்ன கவலை? அந்த 'ஸ்கூல் கமிட்டி பிரஸிடெண்ட்' அவர் இப்பொ . . . அவாளுக்கு ஒரு தமிழ் வாத்தியார் வேணும் . . . 'யு ஆர் யங் அண்ட் ஸ்மார்ட்' . . . அவருக்குப் பிடிச்சுப் போயிருக்கு . . . உன்னுடைய 'லாங் டேர்ம் ப்ராஸ்பெக்ட்ஸை'ப் பத்தியா அவர் யோஜிக்கப் போறார்? அதுக்காகச் சொன்னேன், 'பாலிடிஷியன்'னு.' நீ டில்லிக்குப் போக விரும்பினியான்னா, ஓ.கே. 'ஐ விஷ் யு ஆல் தெ பெஸ்ட்...' என்றார் முதல்வர்.

'தாங்க் யு... அவருடைய மெட்ராஸ் 'டெலிஃபோன்' நம்பர்?'

அவர் ஒரு சிறிய தாளில் எழுதி வைத்திருந்தார். அதை எடுத்து அவனிடம் கொடுத்தார்.

அவன் முதல்வர் அறையிலிருந்து வெளியே வந்தான்.

எதிர்த்தாற்போல் கண்ணன் வந்தான். புன்னகை செய்து கொண்டே கேட்டான்: 'போவதென்று தீர்மானித்து விட்டீர்களா?'

மை காட்! எல்லா விஷயங்களையும் மகனுடன் பகிர்கிறார் முதல்வர்.

'ஆமாம், போவதா வேண்டாமா என்று யோஜித்தேன் . . .'

'நோ எக்ஸிஸ்டென்ஷியலிஸ்டிக் டைலெம்மா . . .' அந்த மாதிரிக் குழம்புவதாக நினைத்துக்கொள்வது உங்களுக்குச் சந்தோஷமாக இருக்கிறது, அவ்வளவுதான். 'விஷ் யு ஆல் தி பெஸ்ட்' என்று சொல்லிக்கொண்டே கையை நீட்டினான் கண்ணன்.

6

கும்பகோணம் போய் அப்பாவிடம் சொன்னபோது அவர் ஒன்றும் பேசாமல் மௌனமாக இருந்தது கேசவனுக்குச் சிறிது ஆச்சர்யத்தைத் தந்தது.

மௌனம் சம்மதம் என்று அர்த்தமா? அல்லது, கோபத்தில் ஒன்றும் பேசாமலிருக்கின்றாரா என்று அவனுக்குப் புரியவில்லை. அப்பாவிடம் சொன்னபோது, அவருடைய மாமா பிள்ளை கிச்சப்பாவும் கூட உட்கார்ந்திருந்தார்.

கிச்சப்பா அப்பாவைவிட நான்கு வயது சிறியவர். செக்கச்செவேலென்றிருப்பார். கல்யாணம் செய்து கொள்ளவில்லை . . . வக்கீலுக்குப் படித்து விட்டு, சில ஆண்டுகள் கோர்ட்டுக்குக் கூட போனார் என்று சொல்வார்கள். ஆனால், பெரும்பாலும், கேசவன் வீட்டுத் திண்ணையில் உட்கார்ந்துகொண்டு அவன் அப்பாவுடன் அரசியலை அலசுவதைத் தவிர, அவர் வேறு எதுவும் செய்வதாக அவனுக்குத் தெரியவில்லை. அலசுவதென்றால், அவர்தான் பேசிக்கொண்டே இருப்பார். அப்பா கேட்டுக்கொண்டுதான் இருப்பார், தன் அபிப்பிராயத்தைச் சொல்வதில்லை.

'ஒரு வகையிலே போறது நல்லதுதான், இங்கேதான் பிராமணாளை ஆகவிட்டேங்கிறானே! உன்னைக் கூப்பிட்டிண்டு போறேன்னு சொல்ற எம்.பி. பிராமணன், அவன் மனசு கோணாமெ நடந்துண்டியானா, கூடிய சீக்கிரம் முன்னுக்கு வந்துடலாம்...' என்றார் கிச்சப்பா.

'நான் எம்.பிக்கு பி.ஏ வாக போகலே,' என்றான் கேசவன்.

'அப்படிப் போனாதான் என்ன தப்பு? எம்.பி. பிராமணன், காமராஜுக்கு வேண்டியவன். எது வேணுமானாலும் செய்வான். ஆனா அவனுக்கு அநுசரணையா இருக்கணும் . . .' என்றார் கிச்சப்பா.

அப்பா தொடர்ந்து மௌனமாக இருந்தார்.

'எவ்வளவு சம்பளம் தரேங்கிறான்?' என்றார் கிச்சப்பா.

கேசவனுக்கு எரிச்சலைத் தந்தது இந்தக் கேள்வி.

'டெல்லிக்குப் போகணுங்கிறது உன் ஆசையா?' என்று கேட்டார் அப்பா நிதானமாக.

'டெல்லி தூரம்தான். சமயத்துக்கு வரணும்னாலும், ரெயில்லே ரெண்டு நாளாகும். உன் அப்பா, அம்மாவுக்கும் வயசாச்சு, யோஜி . . .' என்றார் கிச்சப்பா.

'கொஞ்ச நேரம் சும்மா இருக்கியா?' என்றார் கேசவனின் அப்பா கிச்சப்பாவிடம்.

'யோஜிச்சு செய்யணும்னு நல்லத்துக்காகச் சொன்னேன் . . . நீயுமாச்சு, உன் பிள்ளையுமாச்சு, எனக்கென்ன?' என்றார் கிச்சப்பா கோபத்துடன்.

'டெல்லிக்குப் போறது நல்லதுதான், பிராமணனை இங்கே ஆகவிட்டேங்கிறானேன்னு சொன்னது நீதான். இப்பொ அப்பா அம்மா திடீர்னு மண்டையப் போட்டா அவ்வளவு தூரத்திலேந்து 'சட்'னு வர முடியுமான்னு கேக்கறே . . . இப்படி மாத்தி மாத்திப் பேசிண்டிருந்தா என்ன அர்த்தம்?'

'நான் நீங்க மண்டையைப் போட்டுடுவேள்னா சொன்னேன்? வயசு ஆகலியா, உடம்புக்கு, கிடம்புக்கு வந்தா, அதுக்காகச் சொன்னேன் . . . ஸ்ரீவத்ஸா, நீ பேசறது நன்னால்லே,' . . . என்றார் கிச்சப்பா கீச்சுக் குரலில். கோபத்தில் அவர் குரல் உடைந்துவிட்டது.

கேசவன் தனக்கு வந்த சிரிப்பைக் கஷ்டப்பட்டு அடக்கிக் கொண்டான். முட்டாள்களை அப்பாவால் வெகு நேரம் சகித்துக் கொள்ள முடியாது. கிச்சாப்பாவுக்கும் அப்பாவுக்கும் இப்படி அடிக்கடி சண்டை வருவதுண்டு. அப்படியிருந்தாலும், கிச்சப்பா, சகாஜிநாயகன் தெருவிலிருந்து அவன் வீட்டுக்கு வருவதை நிறுத்த வில்லை

'எப்பொ போகணும்?' என்றார் அப்பா.

'நாளைக்கு மெட்ராஸுக்குப் போய், அந்த எம்.பியைப் பாக்கணும். எப்பொ 'ஜாய்ன்' பண்ணனும்னு அவர் சொல்லுவார். கூடிய சீக்கிரத்திலே அது 'டிகிரி காலேஜா' ஆகுமான்னு எம்.பி யைக் கேட்கலாம்னுருக்கேன் . . .' என்றான் கேசவன்.

'அதெ பொறுத்துதான் உன் முடிவா, டெல்லிக்குப் போகலாமா வேண்டாமாங்கிறத்தைப் பத்தி?' என்று கேட்டார் அப்பா.

இதற்கு என்ன பதில் சொல்வதென்று கேசவனுக்குப் புரியவில்லை. 'ஆமாம்' என்று உறுதியாக அவனால் பதில் சொல்ல முடியாது.

'டெல்லிக்குப் போனா வேற நல்ல வாய்ப்பு இல்லாமலியா போயிடும்?' என்றான் கேசவன்.

'நீ டெல்லிக்குப் போகணும், அவ்வளவுதானே, போ. வெறும் தமிழ் எம்.ஏ படிச்சவனுக்கு டெல்லியிலே என்ன வாய்ப்பு கிடைக்குமோ அதெப் பத்தியெல்லாம் எனக்கு ஒண்ணும் தெரியாது ...' என்று கூறிக்கொண்டே ஊஞ்சலிலிருந்து இறங்கி எழுந்து உள்ளே போனார் அப்பா.

அப்பாவுக்குத் தான் தில்லிக்குப் போவது அவ்வளவாகப் பிடிக்கவில்லை என்று தோன்றிற்று கேசவனுக்கு.

ஆனால் தில்லிக்குப் போக விரும்புவதை அவனால் தவிர்க்க முடியாது என்றும் அவனுக்குப் பட்டது.

கேசவன், கும்பகோணத்திலிருந்து, சென்னை-திருவனந்தபுரம் 'பாஸஞ்சரி'ல் சென்னை சென்றான். சென்னைக்கு இது அவனுடைய முதல் விஜயம்.

எம்.பி அவனைக் காலையில் பத்தரை மணிக்கு வரச் சொல்லியிருந்தார். அவர் கொடுத்திருந்த முகவரி ராயப்பேட்டை யிலிருந்தது.

அங்குப் போனபிறகுதான், அது வீடு இல்லை, அலுவலகம் என்று கேசவனுக்குத் தெரிந்தது. தொழிற்சங்க அலுவலகம். வாசலில் எம்.பியைப் பார்க்க பல பேர் காத்துக் கொண்டிருந்தார்கள். எல்லாரையுமா பத்தரை மணிக்கு வரச் சொல்லியிருக்கிறார் என்று கேசவனுக்குத் தோன்றியது.

எம்.பியின் பி.ஏ முன் கேசவன் போய் நின்றான். வயதானவர் ... நெற்றியில் திருநீறு. அதன் மத்தியில் ஒரு சின்னக் குங்குமப் பொட்டு.

அவர் ஃபோனில் பேசிக்கொண்டிருந்தார். அவனை உட்காரும்படி கை அசைத்தார். எங்கே உட்காருவது என்றுதான் கேசவனுக்குப் புரியவில்லை. அவர் எதிரே இருந்த இரண்டு நாற்காலிகளில் இரண்டு பேர் ஏற்கனவே உட்கார்ந்திருந்தார்கள்.

பி.ஏ. தொடர்ந்து பேசிக்கொண்டே இருந்தார். கேசவன் நின்றுகொண்டே இருந்தான்.

அவன் நிற்பது பி.ஏவுக்குத் திடீரென்று உறைத்திருக்க வேண்டும். உட்கார்ந்திருந்தவர்களைப் பார்த்து அவர் சொன்னார்: 'நீங்க ஒரு மணி நேரம் கழிச்சு வாங்க, ஸாரை இப்பொ பாக்க

முடியாது,' என்று 'டெலிஃபோனை' காதினின்றும் விலக்காமல் தலையைச் சாய்த்துக்கொண்டு சொன்னார்.

அவர்கள் கேசவனைப் பார்த்து ஒருமுறை முறைத்துவிட்டு வெளியே சென்றார்கள்.

அவர் ஒரு வழியாக 'டெலிஃபோனை'க் கீழே வைத்துவிட்டு, 'உங்க பேர் என்ன? நந்தகோபாலா?' என்றார்.

'கேசவன்.'

அவர் மேஜையிலிருந்த ஏராளமான 'ஃபைல்களி'லிருந்து ஒரு 'ஃபைலை' எடுத்துப் புரட்டினார்.

'நந்தகோபால்ங்கிறது யாரு?' என்று 'ஃபைலி'லிருந்து பார்வையை விலக்காமல் அவர் கேட்டார்.

இதற்கு என்ன பதில் சொல்ல முடியுமென்று அவனுக்குப் புரியவில்லை. அப்படியானால் நந்தகோபால் என்பவரையும் வரச் சொல்லியிருக்காரா எம்.பி?

'நான் நந்தகோபால் இல்லே . . . இது எனக்கு நிச்சியமா தெரியும்,' என்றான் கேசவன்.

இந்தப் பதில் எந்த விதத்திலும் எம்.பியின் பி.ஏவைப் பாதித்ததாகத் தெரியவில்லை. அவர் தொடர்ந்து ஃபைல்களைப் புரட்டிக் கொண்டிருந்தார்.

'ஓ, எஸ். கேசவன் . . . 'ஸர்டிஃபிகேட்ஸ்' எங்கே?' என்றார் நிதானமாக.

அவன் அவற்றை அவரிடம் கொடுத்தான் ...துருவித்துருவிப் பார்த்தார் பி.ஏ.

பிறகு எழுந்து உள்ளே சென்றார்.

சில விநாடிகள் கழித்து வெளியே வந்து, உள்ளே போகும்படி கையசைத்தார்.

எம்.பி. முக மலர்ச்சியுடன் உட்கார்ந்திருந்தார். சைகையால் எதிரே இருந்த நாற்காலியில் உட்காரச் சொன்னார்.

'இந்தப் பள்ளிக்கூடத்தைப் பத்தி ஏதாவது தெரியுமா?' என்று கேட்டார் அவர்.

'தெரியாது.'

'டெல்லியிலே 'ஒன் ஆஃப் தெ பெஸ்ட் ஸ்கூல்ஸ்' . . . 'கவர்மென்ட்'லே இருக்கிற பெரிய பெரிய ஆஃபீஸர்களுடைய குழந்தைக படிக்கிற 'ஸ்கூல்'. . . ஐ.ஸி.எஸ், ஐ.ஏ.எஸ் ங்கிற மாதிரி.

'தெ ஆர் வெரி ஸ்மார்ட்'. நீயும் 'ஸ்மார்ட்'டா இருக்கிறதினாலே அவாளை உன்னாலே சமாளிக்க முடியும்ங்கிற நம்பிக்கை எனக்கிருக்கு . . . வர மாசம் முதல் தேதியிலியே நீ போய் 'ஜாய்ன்' பண்ணலாம் . . . இப்பொ குளிரு டெல்லியிலே ஆரம்பிச்சுடும். 'வார்ம் க்ளோத்ஸ்,' எடுத்திண்டு போ. 'யு வில் எஞ்சாய் டீச்சிங் டு ப்ரைட் சில்ட்ரென்' என்றார் எம்.பி.

'இது 'டிகிரி காலேஜா' ஆக 'சான்ஸ்' இருக்கா?' என்று கேட்டான் கேசவன்.

'நிச்சயமா. அதுக்கான முயற்சியெல்லாம் நான் எடுத்திண்டுதான் வரேன் . . . காமராஜ், தமிழ் நாட்டு அரசாங்கம் சார்பா ஒரு லட்சம் நன்கொடையா கொடுத்திருக்கார் . . . நீ 'காலேஜ் பிரின்ஸ்பலா' கூட ஆயிடலாம்.' ஐ வில் ஹெல்ப் யு' . . .

அவனைக் கல்லூரி முதல்வராக ஆக்கிவிடுவதாக வெகு சுலபமாக அவர் வாக்குறுதி அளித்ததும், கல்லூரி முதல்வர் அவரை அரசியல்வாதி என்று குறிப்பிட்டது அவன் நினைவுக்கு வந்தது.

'நான் மூணு மாசம் நோட்டீஸ் காலேஜுக்குத் தரணும் . . . அதனாலே, வர மாசம் முதல் தேதியிலே 'ஜாயின்' பண்ண முடியுமா தெரியலே . . .' என்றான் கேசவன்.

'நீ நோட்டீஸைப் பத்திக் கவலைப் படாதே . . . நான் பாத்துக்கறேன் . . . கம்பளி கோட், பான்ட்டெல்லாம் தெச்சுக்கொ. அதான் இப்பொ நீ செய்ய வேண்டிய வேலை . . . சரி, நீ போகலாம்.'

இதைப் பற்றிச் சிந்திக்கவே அவனுக்கு அவர் நேரம் கொடுக்கவில்லை.

அப்பா அவன் தில்லிக்குப் புறப்படும்போது சொன்னார்: 'வேலையோ, தில்லியோ உனக்குப் பிடிக்கலேன்னா திரும்பி வரத் தயங்காதே . . . வந்துட்டோமேங்கிற வீம்புக்காக அங்கே இருக்கணும்னு அவசியமில்லே . . .'

வேலை பிடிக்காமலிருக்கக் கூடுமென்றாலும், தில்லி பிடித்துப் போய்விடலாமென்று அவன் உள்ளுணர்வு அவனுக்குக் கூறியது.

அவன் தில்லிக்குப் போய் இறங்கியதும், அவனை அழைத்துப் போக, திருச்சி தேசியக் கல்லூரி முதல்வருடைய நண்பரின் மகன் வந்திருந்தான். கேசவனை கன்னாட் ப்ளேஸிலிருந்த மெட்ராஸ் ஹோட்டலுக்குக் கூட்டிக்கொண்டு போவதற்காக அவன் வந்திருந்தான். கேசவன் அங்கு தங்குவதற்கு ஏற்பாடுகள் செய்தவனும் அவன்தான்.

'என் பேர் முரளி. உங்க பேர் கேசவன்னு அப்பா எழுதியிருந்தார். ஹோட்டல் இங்கேயிருந்து பக்கத்திலேதான் இருக்கு. இரண்டு நா முன்னாலே மெட்ராஸ் ஹோட்டல் முதலாளி திடீர்னு போயிட்டார். ஆனா உங்க இடம் 'கன்ஃபர்ம்ட்' ... நான் நேத்து ராத்திரி ஃபோன் பண்ணி கேட்டுட்டேன் ... போகலாமா?' என்றான் அவன்.

அவன் தில்லிக்கு வந்திறங்கியதும், இந்தமாதிரிச் செய்தியையா கேட்க வேண்டுமென்று அவனுக்குத் தோன்றிற்று. அவன் தங்கப் போகிற ஹோட்டலின் முதலாளி போய்விட்டார்!

ஹோட்டல் ஒரு பெரிய கட்டடத்தின் மாடியிலிருந்தது. ஹோட்டலுக்குப் போக நாலைந்து படிகள் ஏறியதும், ஒரு குறுகலான இடத்தில், 'தி ஸ்மாலெஸ்ட் ஸ்டூடியோ இன் தி வேர்ல்ட்' என்ற விளம்பரத்துடன் ஒரு ஃபோட்டோ கடை இருந்தது. குறுகலான இடத்தில் ஒரு சௌகர்யம். மூன்று பேர் இருந்தால் கூட்டம் என்று சொல்ல முடியும். அந்தக் கடையில் இப்பொழுது நல்ல கூட்டம் என்று சொல்லும்படியாக இருந்தது. நான்கு பேர் இருந்தார்கள்.

'டெல்லியிலே இது 'பெஸ்ட் ஸ்டுடியோ' என்றான் முரளி. வித்தியாசமாக இருந்தால் அதுவே விளம்பரம். அதைப் பற்றி ஒரு 'மித்' உருவாகிவிடும் என்று நினைத்தான் கேசவன்.

ஹோட்டலில் நல்ல கூட்டம். 'கலகல'வென்றிருந்தது. இரண்டு நாட்களுக்கு முன்புதான் அங்கு ஒரு சாவு நிகழ்ந்திருக்கிறது என்பதற்குச் சுவடே இல்லை.

முதலாளி போகறத்துக்கு முன்னாலே சொன்னாராம், 'எனக்காக ஒரு நா கூட ஹோட்டலே மூடக் கூடாது, எனக்காக ஜனங்களைப் பட்டினி போடறது தப்பு'ன்னு. 'அவர் போன அன்னிக்கு மூடினா, நேத்திக்குத் திறந்துட்டா . . . அவருக்கு ஒரே பிள்ளை ... அப்பா அப்படிச் சொன்னார்னு அவன்தான் எல்லார்கிட்டேயும் சொன்னான் ...' என்று மேலும் தகவல்கள் தந்தான் முரளி.

கல்லாப்பெட்டியில் நடுத்தர வயதுக்காரன் ஒருவன் உட்கார்ந்திருந்தான். ஒரு கையில் தங்கக் காப்பு. இன்னொரு கையில் தங்க 'ஸ்ட்ராப்' போட்ட கெடியாரம். கழுத்தில் ஒரு தங்கச் சங்கிலி மின்னியது.

'இவன் முதலாளி மகனுடைய மச்சினன் . . .' என்று சொன்னான் முரளி.

முதலாளி குடும்பம் முழுவதும் அவனுக்கு அத்துப்படி போலிருக்கிறது என்று நினைத்தான் கேசவன்.

முரளி கல்லாப் பெட்டியிலிருந்தவனிடம் சொன்னான்: 'இவர்தான் கேசவன் ... இவருக்குத்தான் 'ரூம் ரிஸர்வ்' பண்ணேன்.'

அவன் ஒரு பதிவேட்டை எடுத்துப் புரட்டிக்கொண்டே சொன்னான்: 'எஸ்.எஸ். 'ரிஸர்வ்' பண்ணியிருக்கு . . . ஆனா இரண்டு மாசம்தான் இருக்கலாம். மார்ச்லேந்து, 'ரூம்'களை 'டெய்லி ரேட்ஸ்' லெதான் விடறதுன்னு 'மானேஜ்மெண்ட்'லே தீர்மானம் பண்ணியிருக்காங்க . . . நாள் வாடகையிலே இருக்கிறது உங்களுக்குக் கட்டுபடி ஆகும்னா நீங்க தொடர்ந்து இருக்கலாம்.'

போகுமுன், அவர் போனபிறகு நாள் வாடகையில்தான் ஹோட்டல் அறைகள் கொடுக்கப்பட வேண்டுமென்று முதலாளி மகனிடம் சொல்லியிருப்பாரோ என்று கேசவன் யோஜித்தான்.

'கரோல்பாக்லே அவருக்கு ரெண்டு மாசத்துக்குள்ளெ ஏதானும் ஒரு 'மெஸ்'லே இடம் கிடைக்காமலா போயிடும்? அவர் என்ன 'சேல்ஸ்மன்'னா, 'டெய்லி ரென்ட்' கொடுக்க? இங்கே அவர் 'மெட்ராஸி ஸ்கூல்லே' வேலை பாக்க வந்திருக்கார் . . .' என்றான் முரளி.

'இங்கேருந்து பக்கந்தான் . . . ஹோட்டலுக்குப் பின்னாலே 'பஸ் ஸ்டாண்ட்', 'பட் பட்டியும்' கிடைக்கும், நாலணா, கோல் மார்க்கெட்டுக்கு,' என்றார் ஒருவர், 'பில்'லுக்குப் பணம் கொடுத்துக்கொண்டே . . .

முன்பின் அறியாத ஒருவர் விவகாரத்தில் இவருக்கு என்ன இவ்வளவு அக்கறை என்று பட்டது கேசவனுக்கு. இது கும்பகோணத்திலும் சரி, திருச்சியிலும் சரி, நடந்திருக்கக் கூடும். தில்லியாக இருந்தாலும், தமிழர்கள் தமிழர்களாயிருப்பதனின்றும் தவிர்க்க முடியாது போலிருக்கிறது . . .

'எழுபத்தஞ்சு ரூபா, கார்த்தாலே காப்பியைச் சேர்த்து. ரூமுக்கு நாலு பேர். பெரிய ரூம்.' என்றார் கல்லாப்பெட்டிக்காரர்.

கேசவன் பணத்தைக் கொடுத்துவிட்டு அறையை நோக்கி நடந்தான்.

அறையிலிருந்த ஓர் இளைஞன், அறையின் நடுவில் தரையில் உட்கார்ந்திருந்தான். கண்கள் மூடியிருந்தன. தியானம்.

சாமன்களை வைத்துவிட்டு, கேசவன் முரளியிடம் சொன்னான்: 'தாங்க்ஸ் ஃபார் எவிரிதிங்' காப்பி சாப்பிட்டுப் போறீங்களா . . ?'

'நோ . . . தாங்க்ஸ் . . . நான் ஆஃபீஸுக்கு இன்னிக்கி சீக்கிரம் போகணும் . . . ஆடிட்.'

‘அப்படியா? ரொம்பத் தொந்தரவு கொடுத்துட்டேன் . . .’

‘பரவாயில்லே . . . கரோல்பாக்லே, ‘மெஸ்’லியும் முயற்சிப் பண்ணிண்டிருங்க . . . நான் வரேன் . . .’

கேசவன் குளித்துவிட்டு வந்தபோது, தியானம் செய்து கொண்டிருந்தவன், ‘ஆஃபீஸ்’ போகத் தயாராக இருந்தான். ‘சூட், டை, ஸ்வெட்டர்...’ இவனையா அப்பொழுது பார்த்தோம் என்ற சந்தேகம் கேசவனுக்கு வந்தது.

‘விஸ்வநாதன்,’ என்று சொல்லிவிட்டு அவன் கை நீட்டினான்.

‘கேசவன்.’

‘நான் ‘அல்லைய்ட் ஃபோட்டொக்ராபிக்ஸ்’லே ‘சேல்ஸ்மன்’ ...’

‘நான் ‘மெட்ராஸி ஸ்கூல்’லே வாத்தியாரா சேரப் போறேன் ...’

‘ஓ. ஐ ஸீ. ! . . இப்பெ அந்தப் பள்ளிக்கூடத்தைப் பத்தி ‘பேப்பர்லே’ ‘நீயூஸ்’ வந்ததே . . . ஐ ஆம் வெரி ஸாரி . . . சேரப் போறீங்க, உங்களை நான் ‘டிஸ்கரேஜ்’ செய்யற மாதிரி இருக்கக் கூடாது . . .’ என்றான் விஸ்வநாதன்.

‘என்னை ‘டிஸ்கரேஜ்’ பண்ணறது அவ்வளவு சுலபமில்லே, சொல்லுங்க . . .’

‘உங்க ‘ஸ்கூல் செகரட்ரி’ ஒரு ‘லேடி டீச்சர்’கிட்டே வம்பு பண்ண பாத்துருக்கார் . . . அவர் ‘கவர்மென்ட்’லே பெரிய உத்தியோகம். அந்த ‘டீச்சரோட ஹஸ்பன்ட்’ ஜர்னலிஸ்ட் . . . பேப்பர்லே வந்துடுத்து . . . பள்ளிக்கூட ‘பிரஸிடெண்ட்’ காங்கிரஸ் பார்ட்டி எம்.பி ஆக இருக்கிறதினாலே, விவகாரத்தை அமுக்கிட்டாங்க ...’

‘அந்த ‘செக்ரட்ரி’க்கு என்ன ஆச்சு?’

‘என்ன ஆகும்? மந்திரிக்கு வேண்டப்பட்ட பெரிய ஆளுன்னா? அவர்தான் இன்னும் ‘செக்ரட்ரி’. அந்த ‘டீச்சரு’க்குப் ‘பிரமோஷன்’ கொடுத்தாட்டாங்க. இதுதான் நம்ம சுராஜ்யம்... சரி, நான் வரேன், ‘ஆஃபீசுக்கு’ நேரமாச்சு . . .’ ‘ஓ.கே . . . நான் வரேன்...’

அடுத்த நாள் காலையில் 9.30 மணிக்கே கேசவன், ‘ரீடிங் ரோடி’லிருந்த மதராஸிப் பள்ளிக்குப் போய்விட்டான்.

பெரிய கட்டடமாய் எதிர்பார்த்த அவனுக்கு ஏமாற்றமாக இருந்தது. ‘சௌத் இண்டியா கிளப்’ என்ற கட்டடத்துக்குப் பின்னாலிருந்தது பள்ளிக்கூடம். ஒரு மாடியுள்ள சின்ன கட்டடம். அதையொட்டிப் பக்கத்திலிருந்த மைதானத்தில் ‘டென்ட்’கள்

போடப்பட்டிருந்தன. அங்கும் வகுப்புக்கள் நடந்துகொண்டிருக்க வேண்டுமென்று தோன்றிற்று கேசவனுக்கு.

'பிரின்ஸ்பல்' என்ற பலகை தொங்கிய அறை முன் கேசவன் நின்றான். ஜனவரி குளிருக்கு திருச்சியில் 'ஹபீப் ப்ரதர்ஸ்' தைத்துக் கொடுத்த 'ட்வீட்' சூட்' போதுமானதாக இல்லை. 'டை' சென்னையில் வாங்கியது.

பள்ளிக்கூடத்துக்கு அப்பொழுது வந்துகொண்டிருந்த ஆசிரியர்கள் சிலரை அவன் பார்த்தான். யாரும் 'சூட்' போட்டுக்கொள்ளவில்லை. கழுத்தை மூடிய கதர்க் கம்பளிக் கோட்.

'பிரின்ஸ்பல்' அறை வாசலில் ஒரு நடுத்தர வயதுக்காரன் 'ஸ்டூலில்' உட்கார்ந்திருந்தான் . . . ஸ்டாலின் மீசை. தமிழனாகத் தெரிந்தான். அவன் கேசவனைப் பார்த்ததும் எழுந்திருந்தான்.

'க்யா சாயியே சாப்?' என்று பணிவுடன் கேட்டான்.

'பிரின்ஸ்பல் . . .' என்றான் கேசவன்.

அவன் உள்ளே சென்றான்.

'ஆயியே . . .' என்றான் அவன் உடனே வெளியே வந்து.

அவன் உள்ளே போனதும் பள்ளித் தலைவர் எழுந்து நின்றார் அவனை வரவேற்க. வாயெல்லாம் பல். பல் கொஞ்சம் நீளமாகவே இருந்தது. பிறைச் சந்திரன் வழுக்கைத் தலை. வயது நாற்பதுகளில்.

'ப்ளீஸ் . . . டேக் யுவர் ஸீட்' என்றார் அவர்.

கேசவனுக்கு ஆச்சர்யமாகஇருந்தது.இவ்வளவு மரியாதையா? 'பிரஸிடெண்டா'ல் சிபாரிசு செய்யப்பட்டவன் என்பதால் இருக்கலாம். மரியாதையெல்லாம் 'பிரஸிடெண்ட்'டுக்கு.

பாதி நின்ற நிலையிலும் பாதி அமர்ந்த நிலையிலும் இருந்தவாறே, அவர் கேட்டார்:' என்ன குடிக்கிறீர்கள், காஃபியா, டீயா?'

'ஒன்றும் வேண்டாம், நன்றி,' என்றான் கேசவன்.

'உங்களைப் பார்த்தால் இந்தச் சின்ன வயதில் ஐ.ஏ.எஸ் பாஸ் செய்துவிட்டு இவ்வளவு உயர்ந்த பதவியில் இருக்கிறீர்கள் என்று யாரும் சொல்ல மாட்டார்கள் . . .'

கேசவனுக்கு ஒன்றும் புரியவில்லை. அவர் தன்னை வேறு யாரோ என்று நினைத்துக் கொண்டிருக்கிறார்!

‘தில்லி ‘எஜுகேஷன் டைரக்ட்ரேட்’ மிகத் திறமையாகச் செயல்படுவதற்கு உங்களைப் போன்ற திறமையான இளைஞர்கள் இருப்பதால்தான், மிஸ்டர் மகஜன் . . .’

‘ஐ ஆம் ஸாரி, நான் மகஜன் இல்லை, கேசவன் . . .’

‘கேசவனா ?’ அவர் ‘டென்ஷன்’ சிறிது குறைந்து தம் இருக்கையில் அழுத்தமாக அமர்ந்தார்.

‘தமிழாசிரியர் பணிக்கு வந்திருக்கிறேன் . . . ‘பிரஸிடெண்ட்’ . . . .’

‘தெரியும், தெரியும் . . .’ அவர் இடை மறித்தார்.

மேஜை மணியை ஆக்ரோஷத்துடன் அழுத்தினார்.

மீசைக்காரன் வந்தான்.

‘வரதா, உன்கிட்டே நான் என்ன சொல்லியிருக்கேன் ? யாரானும் என்னைப் பாக்க வந்தா, யாருன்னு சிட்டு வாங்கிட்டு வான்னு, ‘ஆபீஸர், வந்துட்டார்’னு அதிகப் பிரசங்கித்தனமா வந்து சொன்னியே, இவரா ‘ஆபீஸர்’?. வேலைக்கு வந்திருக்கிற தமிழ் பண்டிட் இவர் . . . இவரைப் போய் ‘ஆபீஸர்’னியே ? இனிமே அதிகப்பிரசங்கித்தனம் வேணாம் . . . யார் வந்தாலும் சிட்டு கேளு . . . புரிஞ்சுதா ?’

உலகம் ஸ்தம்பித்து நிற்பது போலிருந்தது கேசவனுக்கு.

‘பிரஸிடெண்ட்’டுக்கு நீங்க உறவா ?’ என்று கேட்டார் முதல்வர்.

இந்த அதிகார வர்க்கச் சமூகச் சூழ்நிலையில், ‘பிரஸிடெண்ட்’டுக்கு உறவு அல்லது குடும்ப நண்பர் என்று சொல்வதுதான் சரியாக இருக்கும் என்று பட்டது கேசவனுக்கு. உறவு என்று சொல்லிக்கொள்ள முடியாது. அய்யர், அய்யங்கார் பிரச்னை வரக்கூடும் . . .

‘குடும்ப நண்பர்’ என்றான் கேசவன் . . .

‘சரி, ‘டைம் டேபிள் இன் சார்ஜ்’ ராஜகோபால அய்யங்காரைப் போய்ப் பாருங்கோ . . . அவர் கணக்கு வாத்தியார். அவர் சொல்லுவார் நீங்க என்ன ‘க்ளாஸ்’ எடுக்கணும்னு . . . நீங்கதான் ‘ஸீனியர்’ தமிழ் பண்டிட் . . . ஜூனியர்னு யாரும் கிடையாது . . . ‘பிரைமரி க்ளாஸ்லாம் எடுக்கற வாத்தியார் ஒத்தன் இருக்கான், தமிழ் நன்னா தெரியும்னான். அவன்தான் இது வரைக்கும் எல்லா ‘க்ளாஸை’யும் எடுத்திண்டிருந்தான் . . . அவனயும் பாருங்க . . . அவன் பேரு சுப்பரமணியம், குண்டா இருப்பான்’ என்றார் ‘பிரின்ஸ்பல்.’

ராஜகோபால அய்யங்கார் கேசவனைக் கேட்ட முதல் கேள்வி, 'உங்களுக்கு எந்த ஊரு?'

'கும்பகோணம்.'

'கும்பகோணம்னா? எந்தத் தெரு?'

அவன் சொன்னான்.

'அப்படியா, அங்கேதான் நடாதூர் ஸ்ரீவத்ஸ அய்யங்கார் இருக்கார், தெரியுமா? நானும் நடாதூர் குடும்பந்தான் . . .'

'அவர் என்னோட அப்பா . . .'

'நாராயணா! நாம கிட்டே வந்துட்டோம் . . . அப்பொ கொடவாசல் சொந்த ஊர்னு சொல்லு . . .'

தமிழ்நாடும் தில்லியும் வெகு தூரத்தில் இல்லை என்று பட்டது கேசவனுக்கு.

அவர் அவன் வகுப்புக்களைக் குறித்துக் கொடுத்தார்.

'இதென்ன, ஏழாம் 'க்ளாஸ்', எட்டாம் 'க்ளாஸ்'லாம் போட்டிருக்கு . . . 'ஹையர் செகண்டரி' 'க்ளாஸ்' மட்டுந்தான்னு நான் நினைச்சேன் . . .'

'ஒவ்வொரு 'டீச்சரும்' வாரத்துக்கு முப்பத்திரெண்டு 'பீரியட்' எடுக்கணும், இது 'கவர்மென்ட் ரூல்' நாம 'கவர்மென்ட் கிரான்ட்' வாங்கிற 'ஸ்கூல்' . . . 'ஹையர் செகண்டரி'ன்னா உங்களுக்கு மொத்தம் பன்னிரெண்டு 'பீரியட்' தான் இருக்கும் . . . உங்களுக்கு ஏழாம் எட்டாம் 'க்ளாஸ்' போட்டுமே இருபத்திரெண்டு 'பீரியட்'தான். அதுக்காகத்தான் வாரத்துக்கு எட்டு 'பீரியட்' 'மாரல் இன்ஸ்ட்ரக்ஷன்' போட்டிருக்கோம்.'

'வாட்? 'மாரல் இன்ஸ்ட்ரக்ஷனா'? அதுக்கும் தமிழுக்கும் என்ன சம்பந்தம்?' என்றான் கேசவன் சற்றுத் திடுக்கிட்ட நிலையில்.

'என்ன 'பிராப்ளம்'?' என்று கேட்டுக்கொண்டெ ஒருவர் அங்கு வந்தார். நல்ல உயரம். அதற்கேற்ற பருமன். நாற்பது வயதுக்கு மேலிருக்கும். அடர்த்தியான தலை முடி. தமிழ் உச்சரிப்பில் கேரளா எட்டிப் பார்த்தது.

'ஒரு 'பிராப்ள'மும்இல்லே . . . இவர்தான் கேசவன். தமிழ் பண்டிட். இன்னிக்கி 'ஜாய்ன்' பண்ணியிருக்கார். ராஜாராம். சர்வ கலா வல்லவர். 'கெமிஸ்ட்ரி ஸீனியர் பி.ஜி.டி.' என்றார் ராஜகோபால அய்யங்கார்.

'அவரும் தமிழ் பி.ஜி.டி தானே, ஏன் தமிழ் பண்டிட்ங்கிறேள்?' என்றார் ராஜாராம்.

‘நீங்க என்ன சொல்றீங்கன்னே புரியலே . . . வாட் ஈஸ் திஸ் பி.ஜி.டி ?’ என்றான் கேசவன்.

‘ஜையில்லே நம்பர் கொடுக்கிறா இல்லே அந்த மாதிரி. இது நம்ம பேரிலே குத்தற முத்திரையாக்கும் . . .’ பி.ஜி.டின்னா போஸ்ட் கிராஜுவேட் டீச்சர்,’ என்றார் ராஜாராம்.

‘இவர் தமிழுக்கும் ‘மாரல் இன்ஸ்ட்ரக்‌ஷனுக்கும் என்ன சம்பந்தம்னு கேக்கறார் . . . இவருக்கு வாரத்துக்கு எட்டு ‘பீரியட்’ போட்டிருக்கு. அப்படிப் போட்டும் முப்பது ‘பீரியட்’தான் இவருக்கு வரது . . .’

‘என்னவாக்கும் அது ‘மாரல் இன்ஸ்ட்ரக்‌ஷன்’? என்றார் ராஜாராம்.

‘. . . எனக்குத் தெரியாது. ராஜாராம்! நீங்க ரொம்பப் படிச்சவர். இங்கலீஷ் எம்.ஏ. வேற. நான் வெறும் கணக்கு வாத்தியார்தான். கேசவன்! . . ‘பிரின்ஸ்பல்’ ‘பீரியட்’ போடச் சொன்னார், நான் போட்டேன். இதுக்கு என்ன அர்த்தம்னா, அவரையே போய் கேட்டுக்கோங்கோ . . .’ என்றார் அய்யங்கார்.

‘எனக்கு இதுவரைத் தெரியாதாக்கும், நம்ம பள்ளிக் கூடத்திலே ‘மாரல் இன்ஸ்ட்ரக்‌ஷன்’ பாடம்னு. இதுவரைக்கும் யாராக்கும் அதைச் சொல்லிக் கொடுத்தது ?’

ராஜகோபால அய்யங்கார் பதில் சொல்லவில்லை.

‘என்ன ஒண்ணும் சொல்ல மாட்டேங்கிறேள் ?’ என்றார் ராஜாராம்.

‘இவர்தான் சொல்லிகொடுக்கப் போறார் முதல்முதலா. பள்ளிக்கூடத்திலே ‘டிஸிப்லின்’ குறைஞ்சுண்டு வரதுன்னு இது ‘பிரின்ஸ்பல்’ ஏற்பாடு . . .’ என்றார் அய்யங்கார்.

‘பசங்களுக்கு மட்டுந்தானா, மானேஜ்மெண்டுக்கு வேணாமா ‘மாரல் இன்ஸ்ட்ரக்‌ஷன் ?’ என்றார் ராஜாராம். நமுட்டுச் சிரிப்புடன்.

கேசவனுக்கு அன்று காலை அவன் அறை நண்பன் பள்ளிக்கூட ‘செக்ரடரி’யைப் பற்றிச் சொன்னது நினைவுக்கு வந்தது.

ராஜாராமன் சற்று வித்தியாசமான மனிதராயிருப்பது அவனுக்குச் சந்தோஷமாக இருந்தது.

7

கேசவன் 'டைம்-டேபிளை'ப் பார்த்துவிட்டு ராஜகோபால அய்யங்காரைக் கேட்டான், 'இது என்ன 'கம்பல்ஸரி' தமிழ்?'

'அதுவா? காமராஜ் ஒரு லட்ச ரூபா கொடுத்திருக்கார், அவர் கண்ணிலே மண் தூவ. எட்டாம் 'க்ளாஸ்' மட்டும் இங்கே தமிழ் 'கம்பல்ஸரி'யாக்கும்னு சொல்லிக்க. பசங்க படிக்கலாம், படிக்காமலியும் இருக்கலாம்... பரிட்சை 'பாஸ்' ஃபெயிலு'க்கு அதைக் கணக்கிலே சேக்கமாட்டா. 'மாரல் இன்ஸ்ட்ரக்ஷன்' மாதிரி,' என்றார் ராஜாராம்.

'ராஜாராம், இவரை வந்த முதல்நாளே உங்க கூட்டாளியா சேத்துக்கறீங்களா?' என்றார் அய்யங்கார்.

'ஏழாம் கிளாஸ், எட்டாம் 'க்ளாஸ்' இதுக்கெல்லாம் நான் 'கம்பல்ஸரி' தமிழ் எடுக்கணுமா?' என்று கேட்டான் கேசவன். சிறிது எரிச்சலுடன்...

'ஆமாம்,' என்றார் அய்யங்கார்.

கல்லூரியில் பி.ஏ வகுப்புக்கள் எடுத்த அவனுக்குப் பள்ளிக்கூடத்தில் சேர்ந்த முதல் நாளே இப்படியொரு அதிர்ச்சியா? இதைத் தவிர 'மாரல் இன்ஸ்ட்ரக்ஷன்' வகுப்புக்கள்!

வேலையில் சேரவில்லை என்று சொல்லி விட்டுப் போய்விடலாமா என்று சில விநாடிகள் யோசித்தான்.

திரும்பிப் போவதென்பது முட்டாள்தனமாக அவனுக்குப் பட்டது.

ராஜாராமன் சொன்னார்: 'ப்ரின்ஸ்பல்' கிட்டே போய் கேளுங்கோ, பி.ஜி.டி டீச்சர் எதுக்கு 'மிடில் க்ளாஸ்'லாம் எடுக்கணும்னு... அதெல்லாம் சுத்த 'ஹம்பக்', ஒரு 'டீச்சர்' முப்பத்திரெண்டு 'பீரியட்'

58 இந்திரா பார்த்தசாரதி

எடுக்கணும்னு . . . இதெல்லாம் இந்தப் பள்ளிக்கூடத்திலே இவாளா வச்சுக்கிறதாக்கும் . . .’

‘நான் பி.ஜி.டி இல்லே . . . வெறும் பிஜி தான்.’

‘ஆனா அந்தக் ‘க்ரேட்’லெ இருக்கேளா இல்லியா ?

‘ஆமாம்’

‘தாராளமா போய் கேக்கட்டும், என் கடமை, ‘இன்ஸ்ட்ரக்ஷன்ஸ்’ படி ‘டைம்-டேபிள்’ போடறது . . . அவ்வளவுதான்’ என்று சொல்லியவாறு எழுந்தார் ராஜகோபால அய்யங்கார்.

கேசவன் ‘டைம்-டேபிளை’ வாங்கிக்கொண்டு பள்ளி முதல்வர் அறையை நோக்கிச் சென்றான் . . .

மீசைக்கார வரதன் கேசவனைப் பார்த்ததும் முன்போல் எழுந்திருக்கவில்லை. அவன் பள்ளியில் நியமனம் பெற்றிருக்கும் புது ஆசிரியர் என்பதைப் புரிந்துகொண்ட நிலையில், அவனுக்கு மரியாதை காட்ட வேண்டிய அவசியமில்லை என்ற காரணத்தால் இருக்கலாம்.

கேசவன் முதல்வர் அறைக்குள் நுழைவதைப் பார்த்ததும், அவன் எழுந்து அவனைத் தடுத்தான்.

‘ஐயாவை இப்பொ பாக்க முடியாது . . .’

கேசவன் வரதன் கையை உதறிவிட்டு உள்ளே போனான்.

இதுவரை யாரும் இப்படி நடந்துகொண்டதில்லை என்ற காரணத்தினாலோ என்னவோ வரதன் திடுக்கிட்டு நின்றான்.

கேசவனைப் பார்த்ததும், முதல்வர் கோபத்துடன், ‘வாட் டு யூ வான்ட்?’ என்றார். ஏற்கனவே விவரம் தெரியாமல் அவனுக்கு மரியாதை கொடுத்துவிட்டோம் என்ற தன் மீதே உள்ள கோபமாக இருக்கலாம்.

‘ஐ ஆம் ஸாரி, . . நான் பி.ஜி.டி. ‘க்ரேட்’லெ இருக்கிற டீச்சர். இதற்கு முன் கல்லூரியில் பி.ஏ. வகுப்புகள் எடுத்துக் கொண்டிருந்தேன். நிர்வாகத் தலைவர் என்னைத் திருச்சியில் சந்தித்து இங்கே வரும்படி அழைத்தபோது, ஏழாம், எட்டாம் வகுப்புகள் எடுக்கும்படியாக இருக்குமென்று சொல்லவே இல்லை.’

தலைவர் சூரிய நாராயணன், அவருடைய மூக்குக் கண்ணாடி, மூக்கில் சற்றுக் கீழிறங்க, அவனை ஏற இறங்கப் பார்த்தார். நிர்வாகத் தலைவரான எம்.பிக்கும் இவனுக்கும் உறவு முறை எப்படி என்ற யோசனையும் அந்தப் பார்வையில்

தெரிந்தது. இவனிடம் கடுமையாக நடந்து கொள்ள இயலுமா என்ற தடுமாற்றம். எம்.பி. குடும்ப சிநேகிதர் என்று ஏற்கனவே அவன் சொல்லியிருக்கிறான்.

'சரி, ஏழு வேணாம், எட்டாம் 'க்ளாஸ்' எடுங்க. அப்பொத்தான் ஒன்பதாம் 'க்ளாஸ்'லே, 'ஆப்ஷனல்' தமிழுக்கு உங்களுக்கு நிறைய பேர் வருவா. எங்க 'பிரஸிடெண்டே' உங்களை 'இன்வைட்' பண்ணியிருக்கார்னா, நீங்க பிரமாதமான 'டீச்சரா' இருப்பேள் என்கிறதிலே சந்தேகமேயில்லே . . . இதைத் தவிர, 'மாரல் இன்ஸ்ட்ரக்ஷன்'னு வேற போட்டிருக்கோம், உங்களுக்குத் தெரியாத கதையா, இங்கலீஷும் நன்னா படிச்சிருக்கேள்னு தெரியறது . . . ஜமாய்ச்சிடுங்கோ . . .' என்றார் சூரிய நாராயணன்.

'மாரல் இன்ஸ்ட்ரக்ஷன்'னா கதை சொல்லணுமா?'

'ஆமாம் பின்னே என்ன? ராமாயணம், பாரதம் சொன்னாலே கதைக்குக் கதையும் ஆச்சு, நீதி போதனையும் ஆச்சு . . . உங்களுக்குக் கல்யாணம் ஆயிடுத்தா?'

எதற்கு இந்தக் கேள்வியைக் கேட்டார் என்று கேசவனுக்குப் புரியவில்லை.

'தப்பா நினைச்சுக்காதீங்க . . . கல்யாணம் ஆயிருந்தா ஒரு தனி அசட்டுக் களை மூஞ்சியிலே வந்துடும், உங்களுக்கு வரலே. யு லுக் ஸ்மார்ட் . . .'

இவரும் ஒரு சுவாரஸ்யமான மனிதராக இருப்பாரென்று கேசவனுக்குப் பட்டது.

முதல்வர் ஆஃபீஸ் மணியை அடித்தார்.

வரதன் வந்தான்.

'போய், அந்த . . . அவன் பேரென்ன? .. ஜூனியர் தமிழ் பண்டிட் . . . ஆங் . . . குண்டு மணி, அவனை நான் வரச் சொன்னேன்னு சொல்லு . . .'

'ஆசிரியர்களை இப்படி அழைப்பதுதான் இந்தப் பள்ளிக்கூட மரபா?' என்று கேட்டான் கேசவன்.

'அவன் என் மச்சினன் பிள்ளை, போறுமா? இந்தப் பள்ளிக்கூடத்திலே மூணு சுப்ரமணியன் இருக்காங்க. குண்டு மணின்னாத்தான் யாருன்னு புரியும் . . . உங்களுக்குத்தான் வித்தியாசமான பேர், கேசவன். தி ஒன் அன்ட் தி ஒன்லி கேசவன் . . .'

அப்பொழுது வரதன் 'குண்டு மணி'யைக் கூட்டிக்கொண்டு உள்ளே வந்தான்.

அடைமொழி பொருத்தம் சுப்ரமணியனைப் பார்த்ததும் தெரிந்தது கேசவனுக்கு.

முப்பது வயதுக்குள்தானிருக்க வேண்டும். இடுங்கிய, சின்னக் கண்கள். அவனைப் படைத்த பிறகு, கண்கள் வைக்க மறந்து விட்டோமே என்று கண்களைக் கடவுள் பின்னால் வைத்திருக்க வேண்டுமென்று தோன்றிற்று.

'மணி, இவர்தான் கேசவன். தமிழ் 'ஃப்ரொஃபஸர்', உன்மாதிரி தமிழ் பண்டிட் இல்லே...

காலேஜ்லே பெரிய பசங்களுக்குச் சொல்லிக்கொடுத்தவர், ஏதோ நம்ம அதிர்ஷ்டம், நம்ம பள்ளிக்கூடத்துக்குச் சொல்லிக் கொடுக்க வந்திருக்கார். ஏழாம் 'க்ளாஸ்', எட்டாம் 'க்ளாஸ்'லாம் இவர் அந்தஸ்துக்குச் சரிப்படாதுங்கிறார், வாஸ்தவந்தான். நீ இவருடைய ஏழாம் 'க்ளாஸ்' மட்டும் 'அடிஷனலா' எடுக்கணும்... புரிஞ்சுதா?'

சுப்ரமணியன் கேசவனைப் பார்த்துக்கொண்டே நின்றான். ஒன்றும் பேசவில்லை.

'என்னடா, இடிச்ச புளி மாதிரி நின்னுண்டிருக்கே பதில் சொல்லாமே?' என்றார் சூரிய நாராயணன்.

'சரி, ஸார்... எடுக்கறேன்...' என்றான்.

தலைவர் இப்படித் தன் எதிரில் அவனிடம் பேசுவது பற்றி மணி கவலைப்பட்டதாகவே தெரியவில்லை!

அவன் தன்னைப் பார்த்த பார்வையில் சிநேகபாவம் இல்லை என்று கேசவனுக்குப் பட்டது... இதுவரை அவன் பெரிய வகுப்புகளை எடுத்து வந்ததாக முதல்வர் கூறியது கேசவன் நினைவுக்கு வந்தது. தன் வருகையினால் இனி அந்த வகுப்புகளை எடுக்க முடியாது என்ற கோபமாக இருக்கலாம்.

'சரி, நீ போகலாம்' என்றார் முதல்வர் மணியிடம்.

கேசவனும் அவனுடன் கிளம்பினான்.

'நீங்க இருங்க...' என்றார் முதல்வர்.

சில விநாடிகள் அவர் பேசாமலிருந்தார். சட்டைப் பையிலிருந்து பொடி டப்பாவை எடுத்தார்.

'உங்களுக்கு சிகரெட் குடிக்கும் பழக்கம் உண்டா?' என்று கேட்டார் அவர்.

'இல்லே... காலேஜ்லே சேர்ந்த போது குடிச்சுப் பார்த்தேன். பிடிக்கலே. விட்டுட்டேன்...'

கனவுகளைத் தொடர்ந்து ❋ 61 ❋

'குட். என்னை விடமாட்டேங்கிறது இந்தப் பழக்கம் ... கணக்கு வாத்தியாருக்கும் பொடி போடறதுக்கும் சம்பந்தமிருக்குன்னு நினைக்கிறேன் ... எனக்குத் தெரிஞ்ச கணக்கு வாத்தியார்லாம் பொடி போடுவா ...'

இதைப் பற்றிப் பேசவா அவனை இருக்கச் சொன்னார்?

மூக்கைப் பழுப்பேறிய கைக்குட்டையினால் துடைத்துக் கொண்டே அவர் சொன்னார்: 'இந்தப் பள்ளிக்கூடத்திலே படிக்கிற குழந்தைகளோட அப்பாவெல்லாம் பெரிய பெரிய 'கவர்மென்ட் அஃபீஷியல்ஸ்.' நாமதான் ஜாக்கிரதையா நடந்துக்கணும் ... உங்ககிட்டே 'ஹையர் செகண்டரி க்ளாஸ்'லே படிக்கப்போற அத்தனை பேரும் பொண்ணுக. உங்களுக்கோ இன்னும் கல்யாணம் ஆகலே. பாக்கிறத்துக்கு லட்சணமா இருக்கேள், இதனாலேயே இன்னும் ஜாக்கிரதையா நடந்துக்கணும். பொண்ணு பேரிலே தப்பு இருந்தாலும் வாத்தியார்தான் கையைப் பிடிச்சு இழுத்தான்னு சொல்லுவா ... ஏதாவது 'கம்ப்ளெய்ன்ட்' வந்து உங்க பேரிலே நான் 'ஆக்ஷன்' எடுக்கும்படியா இருந்துதுனா, 'டோன்ட் ப்ளேம் மீ' ... அதுக்காகச் சொல்றேன் ...'

பள்ளிக்கூட நிர்வாகிமீது இந்தமாதிரி ஒரு குற்றச்சாட்டு வந்து அவர் மீது எந்த நடவடிக்கையும் எடுக்கப்படவில்லை என்பது அவன் நினைவுக்கு வந்தது.

'கம்ப்ளெய்ன்ட்' வந்த உடனேயே 'ஆக்ஷன்' எடுத்துடுவீங்களா? விஜாரிக்க மாட்டிங்களா?' என்று கேட்டான் கேசவன்.

'அது யாருடைய 'கம்ப்ளெய்ன்ட்' ங்கிறத்தைப் பொறுத்தது. கோல் மார்க்கெட்லேந்து, கரோல்பாக்லேந்து வந்தா விஜாரிப்போம். 'ஹேஸ்டிங்ஸ் ரோட், இர்வின்ரோட்லேந்து வந்தா ... கொஞ்சம் கஷ்டந்தான் ...'

'புரியலே ...'

'கோல் மார்க்கெட்லே இருக்கிறவா பாபுஸ் ... அதாவது 'அஸிஸ்டேன்ட்ஸ்' கிரேட்லே இருக்கிறவா 'நோ ப்ராப்ளம்' ... 'ஹேஸ்டிங்ஸ் ரோட்', 'இர்வின்ரோட்' னா 'படே வாலாஸ்'. 'ஜாய்ன்ட் செக்ரட்ரி' 'டெபுட்டி செக்ரட்ரி' அந்த மாதிரி ... இப்பொ புரியறதா?'

கேசவனுக்குப் புரிந்தது. ஆனால், ஒன்றும் பேசாமல் மௌனமாக இருந்தான்.

'நீங்க மெட்ராஸ் மாகாணத்திலேந்து வந்திருக்கேள் ... டெல்லி 'காபிடல் ஸிட்டி'; எப்படி 'அட்ஜஸ்ட்' பண்ணிண்டு போகணும்னு நீங்க தெரிஞ்சுக்கணும்.'

‘தாங்க்ஸ் . . .’

கேசவன் முதல்வர் அறையிலிருந்து வெளியே வந்தான்.

அவனுக்கு ‘டைம்-டேபிளி’ன்படி முதல் வகுப்பு பதினொன்றாம் வகுப்பு.

அவனுக்கு வகுப்பறை எங்கிருக்கின்றது தெரியவில்லை. அவன் ஆசிரியர் அறைக்குச் சென்றான்.

நாலைந்து ஆசிரியர்கள் அமர்ந்திருந்தனர். நீண்ட தாடியுடன் ரிஷி போல் தோன்றிய ஓர் இளைஞன் – வயது முப்பதுக்குள் இருக்கும் – அவன் கவனத்தை ஈர்த்தான் . . .

‘என் பேர் கேசவன். தமிழாசிரியராக இன்று சேர்ந்திருக்கின்றேன்,’ என்று அவன் தன்னை அவர்களுக்கு அறிமுகப்படுத்திக்கொண்டான்.

அவர்கள் அவனை இன்முகத்துடன் வரவேற்றுக் கைகுலுக்கினார்கள்.

அவர்களில் மூன்று பேர் வட இந்தியர்கள் என்றும் ஒருவர் ஆந்திரர் என்றும் அவன் தெரிந்துகொண்டான்.

‘ஆப்கோ ஹிந்தி மாலும் ஹை?’ என்றான் தாடிக்கார இளைஞன். அவன் பெயர் ஆர்யா என்றும் சொன்னான். ஹிந்தி ஆசிரியர். செக்கச்செவேலென்று இருந்தான். தாடி அவனுக்கு மிகவும் பொருந்தியிருந்தது.

‘எனக்குத் தெரியாது . . . வருந்துகிறேன்’ என்றான் கேசவன். ‘உங்களைப் பார்த்தால் வசிஷ்டர் உங்களைப் போல்தான் இளமையில் இருந்திருக்க வேண்டும் என்று தோன்றுகிறது . . .’ என்றான் தொடர்ந்து.

எல்லோரும் சிரித்தார்கள். ‘ஆர்யாவின் கருத்தின்படி, ‘ரஷ்யா’ என்ற சொல் ‘ரிஷி’யிலிருந்து வந்தது. ஆகவே நாம் அனைவரும் குருச்சாவ்க்கும் புல்கானின்னுக்கும் சொந்தக்காரர்கள்,’ என்றார் ஒருவர். அவர் தம்மை ஹரீஷ் சந்திர ஷாலி என்று அறிமுகப்படுத்திக்கொண்டார்.

அப்பொழுது பின் ஐம்பதுகளில் இருக்கக்கூடிய ஒருவர் அறைக்குள் நுழைந்தார். அவர் நெற்றியில் விளங்கிய திருநீற்றினின்றும் குங்குமப் பொட்டினின்றும் அவர் தமிழர் என்று தெரிந்தது.

கேசவன் தன்னை அவரிடம் அறிமுகப்படுத்திக்கொண்டான்.

‘கேசவ்ஜி, இவர்தான் இப்பள்ளிக்கூடத்தின் நிறுவன–முதல் ஆசிரியர். மிஸ்டர் சுந்தரேச ஐயர். ஒரு மாணவனுடன்

தொடங்கினார். இன்று ஆலமரமாக இருக்கிறது,' என்றார் ஷர்மா என்ற ஆசிரியர்.

பாராட்டை ஒரு புன்னகையுடன் ஆமோதித்தார் ஐயர்.

அவருக்கு நேர்த்தியாகத் தலைமுடி நரைத்து லேசான வழுக்கை விழுந்திருந்தது.

'மிஸ்டர் ஐயர் தொடர்ந்து ஆரம்ப வகுப்புகள்தாம் எடுத்துக்கொண்டிருக்கிறார். மேல் வகுப்புகள் எடுப்பதில் அவர் அக்கறை காட்டவேயில்லை. அவ்வளவு அர்ப்பணிப்பு மழலையரிடம்,' என்றார் ஷாலி.

'நான் இந்தப் பள்ளிக்கூடம் தொடங்கினபோது கேசவன் வயதுதான் எனக்கிருக்கும் ... உங்களுக்கு என்ன வயது, கேசவன்?' என்றார் சுந்தரேச ஐயர்.

'இருபத்தைந்து.'

'எக்ஸாட்லி! எனக்கும் இதே வயசுதான்!'

'இப்பொழுதும் உங்களைப் பார்த்தால் இருபத்தைந்தாகத்தான் தோன்றுகிறது ...' என்றார் ஷர்மா சிரித்துக்கொண்டே ...

மணி அடித்தது.

எல்லோரும் எழுந்திருந்தார்கள்.

'எனக்கு இப்பொ பதினொன்றாம் கிளாஸ். எம்-8ன்னு போட்டிருக்கு. எங்கே போகணும்?' என்று ஐயரைக் கேட்டான் கேசவன்.

'என்னோட வாங்க ...' என்றார் அவர்.

அவர் அந்தப் பள்ளிக்கூடமிருந்த பகுதியைத் தாண்டிப் பக்கத்துக் கட்டடத்துக்குச் சென்றார்.

அது வேறொரு பள்ளிக்கூடம்போல் தெரிந்தது. மாணவ, மாணவிகள் தென்னிந்தியக் குழந்தைகளாகத் தெரியவில்லை.

கேசவன் ஐயரைக் குழப்பத்துடன் பார்த்தான்.

'ப்ரைமரி க்ளாஸ்களை'யும் தமிழ் வகுப்புகளையும் ஒதுக்கி வச்சுட்டா. நாம தீண்டத் தகாதவர்கள். இடமில்லேன்னு, முனிஸபல் ஸ்கூல்லே இடம் வாடகைக்கு எடுத்துண்டிருக்கா. நாம அங்கேதான் போயிண்டிருக்கோம் ...' என்றார் ஐயர்.

8

அங்கே போனவுடன், 'வெராந்தாவை'க் காட்டி, 'அதுதான் உங்க கிளாஸ்' என்றார் ஐயர். 'வெராந்தாவை' ஒட்டியிருந்த அறையில் அவர் வகுப்பு. அறையில் கூச்சல் போட்டுக்கொண்டிருந்த ஐம்பது குழந்தைகளும் அவரைப் பார்த்ததும், 'கப் சிப்' என்றுஅடங்கின. ஆறு வயதுக் குழந்தைகள், ஒரு கையைக் கட்டிக்கொண்டு, இன்னொரு கையினால் வாயைப் பொத்திக்கொண்டிருந்தது ஓர் அழகான காட்சியாக இருந்தது.

சில குழந்தைகளின் முகத்தில் விஷமம் புன்சிரிப்பாக ஒளிர்ந்துகொண்டிருந்தது.

'வெராந்தாவி'லா 'க்ளாஸ்'? என்று கேட்டான் கேசவன்.

'ப்ரைமரி' குழந்தைக, எனக்கு 'ப்ளாக்போர்ட்' வேணும் . . . தமிழுக்கு எதுக்கு 'போர்ட்'? என்று சிரித்தார் ஐயர்.

பதினொன்றாம் வகுப்பில் 8 மாணவிகள். அவர்கள் இளைஞனான கேசவனைக் கண்டதும், 'டீன்'ஏஜ்' பருவ சேஷ்டைகளுடன் ஒருவரை ஒருவர் பார்த்துச் சிரித்துக்கொண்டார்கள்.

இத்தனை பெண்களை ஒருங்கு சேரப் பார்த்ததும், கேசவனுக்கும் சற்றுக் கூச்சமாக இருந்தது.

வெராந்தா ஓரத்தில் அடுக்கி வைத்திருந்த நாற்காலிகளை அவர்கள் எடுத்துப் போட்டுக் கொண்டார்கள். கேசவனுக்கும் ஒரு நாற்காலியை ஒரு பெண் கொண்டு போட்டாள்.

'உன் பேரென்ன?' என்றான் கேசவன் அவளை

'டி.எம். உஷா வாரியர்.'

'வாரியர்? இது தமிழ் கிளாஸ் இல்லியா?'

கனவுகளைத் தொடர்ந்து

'தமிழ் கிளாஸ்தான், நான் தமிழ் படிக்கக் கூடாதா?' என்று சிரித்துக்கொண்டே கேட்டாள் உஷா. அவள் கண்களும் சேர்ந்து சிரித்தது பார்க்க அழகாக இருந்தது.

'ஏன் அப்படிக் கேக்கறே? நீ தமிழ்ப் பெண்தானே?'

'இல்லே. கேரளா . . . ஆனா பொறந்து வளர்ந்தது டெல்லி.'

'இவ்வளவு அழகா தமிழ் பேசறியே, அது எப்படி?'

'அப்பா கேரளா, அம்மா மெட்ராஸ்.'

'அப்பொ தாய்மொழி தமிழ், 'இன் தி லிடெரல் ஸென்ஸ்.'

அவர்கள் அவன் சொன்னதைப் புரிந்துகொண்டு சிரித்தது, அவனுக்கு மகிழ்ச்சியாக இருந்தது.

'ஃபாதர் டங்'னு உண்டா, சார்?' என்று கேட்டாள் ஒரு பெண்.

'ஃபாதர்லான்ட்' உண்டு, 'ஃபாதர்டங்' இருக்கிறதா தெரியலே . . . சோவியத் யூனியன்,ஜெர்மனிங்கெல்லாம் அவங்க நாட்டை 'ஃபாதர்லான்ட்'னுதான் சொல்றாங்க . . .'

புத்திசாலிப் பெண்களாக அவனுக்குப் பட்டது. அவர்களுடன் அவனால் உரையாட முடிகிறது அவனுக்கு ஆச்சர்யத்தைத் தந்தது.

'டெல்லியிலெ இருந்துண்டு தமிழ் 'ஆப்ஷனல்' ஏன் எடுத்தீங்க, ஹிந்தி படிக்காமே?'

'நாங்க தமிழ் எடுத்ததினாலேதானே நீங்க வந்திருக்கீங்க?' என்றாள் உஷா.

'நீங்க தமிழ் படிக்காட்டா எனக்கு உத்தியோகம் இல்லேங்கிறே, அப்படித்தானே?' என்று சிரித்துக்கொண்டே கேட்டான் கேசவன்.

'நோ நோ சார் . . . அந்த அர்த்தத்திலே இல்லே . . .' என்று எல்லோரும் சிரித்துக்கொண்டே மறுத்தார்கள்.

'நோ, ஐ வாஸ் ஜோகிங் . . . இந்தியாவிலேயே, இப்பொ பேசப்பட்டு வர மொழிகளிலே, ரொம்பப் பழமையானது தமிழ்தான் . . . அதை நீங்க படிக்கறீங்கங்கத்தைப் பத்தி நீங்க பெருமைப் படணும் . . . ஆனா தமிழை வெராந்தாவிலே படிக்கும்படியா ஒதுக்கி இருக்கிறத்துக்கு நீங்க 'ப்ரின்ஸ்பல்' கிட்டே போய் 'ப்ரொடெஸ்ட்' பண்ணணும் . . .'

'ஸான்ஸ்கிரிட்' இல்லையா, ஸார்?' என்று கேட்டாள் ஒரு பெண்.

'உன் பேரென்ன?'

❃ 66 ❃ இந்திரா பார்த்தசாரதி

'அஞ்சனா.'

'ஸான்ஸ்கிரிட் இன்னும் பேசப்பட்டு வர மொழியில்லே ... அது இந்தியாவின் பழைமையான மொழி, அதெ பத்திச் சந்தேகமில்லே ...'

'தமிழ் ஸான்ஸ்க்ரிட்டைவிட பழசா, ஸார்?' என்று கேட்டாள் இன்னொரு பெண்.

'இரண்டும் பழைய மொழிகள். எது முந்தி, எது பிந்திங்கிறது தேவையில்லாத ஆராய்ச்சி ... உன்னுடைய பேர் என்ன?' என்றான் கேசவன்.

'நித்ய கல்யாணி. நீங்க கேள்வி கேக்கறவங்களை மட்டும் பேர் கேட்கறதுக்கு, நாங்க எல்லாருமே ஒவ்வொத்தரா நின்னு எங்க பேரைச் சொல்லிடறோமே!' என்றாள் அந்தப் பெண்.

எல்லாரும் சிரித்தார்கள்.

'இட் ஈஸ் ஆல்ஸோ அ குட் ஐடியா. இங்கே 'அட்டென்டென்ஸ்'னு எதுவும் கிடையாதா?'

'உண்டு. கிளாஸ் டீச்சர்தான் எடுப்பார். அவருக்கு அடுத்த 'பீரியட்.'

'அவர் என்ன சொல்லிக் கொடுக்கிறார்?'

'எக்னாமிக்ஸ்.'

'சரி, எழுந்து, ஒவ்வொருவரா பேர் சொல்லுங்க ...'

சொன்னார்கள். ஒவ்வொரு முகத்தையும் அந்தப் பெயருடன் அடையாளப்படுத்திக்கொண்டான் கேசவன்.

'எழுதிக்காமே, உங்களுக்கு ஞாபகம் இருக்குமா?'

'உன் பேர் சொல்லட்டுமா? விஜயலக்ஷ்மி ...'

எல்லாரும் கைதட்டினார்கள்.

'சரி, உங்களுக்கு என்ன பாடம் இதுவரை நடந்திருக்கு? உங்க புஸ்தகத்தைப் பாக்கலாமா?'

சரோஜா என்கிற பெண் புத்தகத்தை அவனிடம் கொண்டு வந்து கொடுத்தாள். சற்று வளர்த்தியான பெண். பெரிய இடத்துப் பெண்போல் தோன்றிற்று.

சென்னைப் பல்கலைக்கழக 'இன்டர்மீடியட்' வகுப்புக்கு வைக்கப்பட்டிருந்த செய்யுள் தேர்வுகள்.

'இந்த ஒரு புத்தகந்தானா?'

'அப்புறம் 'ப்ரோஸ்','பிடியும் களிறும்', அப்புறம் இலக்கணம்.'

'குட். தமிழ்நாட்டிலே 'இன்டர்மீடியட்லே படிக்கின்றவர் களைக் காட்டிலும் உங்களுக்கு 'ஸிலபஸ்' அதிகம் ... அவங்களுக்கு இலக்கணமே கிடையாது,' என்றான் கேசவன்.

'இலக்கணம் 'போர்' சார்!' என்றாள் மாலதி.

'ஒரு 'ரைட்டரா' வரணும்னா இலக்கணம் தெரியணுமா, ஸார்?' என்று கேட்டாள் அஞ்சனா

'நீ எழுத்தாளரா வரணும்னு விரும்பறியா?'

'என்னோடப்பா தமிழ்லே கதை எழுதுவார், ஸார். ஆனா 'பப்லிஷ்' தான் பண்ணறதில்லே ...'

'அவர் என்ன செய்யறார்?'

'ஜர்னலிஸ்ட்.'

'ஃப்ரீலான்ஸ்'?

'நோ. 'ஹிந்துஸ்தான் டைம்ஸ்''.

கேசவன் செய்யுள் புத்தகத்தைப் புரட்டினான்.

'முக்கால் வாசி முடிஞ்சாச்சு ... ராமாயணம் 'காட்சிப் படலம்' பாதி நடத்திண்டிருந்தார் குண் ...' என்று சொல்லிவிட்டுப் பல்லைக் கடித்துக்கொண்டே, 'மணி ஸார்' என்றாள் நித்யகல்யாணி.

எல்லோருடைய முகத்திலும் புன்னகை.

'எனக்கு என்ன பேர் வைக்கப் போறீங்க?' என்றான் கேசவன்.

அமைதி நிலவியது.

'காட்சிப் படலம்'னா என்ன? யார் வேணுமானாலும் உட்கார்ந்திண்டே பதில் சொல்லலாம், எழுந்துக்கணும்னு அவசியமில்லே ...'

அஞ்சன எழுந்திருந்தாள்.

'உட்கார்ந்திண்டே பதில் சொல்லலாம்னு சொன்னேனே ...'

'எங்களுக்கு வயசு ஆகலே ...' என்று அவள் சொன்னதும் எல்லா மாணவிகளும் சிரித்தனர்.

'உங்களுக்கு வயசு ஆயிடுத்துங்கிற அர்த்தத்திலே நான் சொல்லலே ... வீண் 'ஃபார்மாலிட்டீஸ்' வேணாம்னு சொன்னேன் ...'

'இது 'ஃபார்மாலிட்டி' இல்லே ஸார், அப்பொத்தான், யாரு 'ஸ்டுடன்ட்', யாரு 'டீச்சர்'னு தெரியும் . . .' என்றாள் அஞ்சனா.

'தாங்க் யூ . . . வயசானவா 'அட்வைஸ்' பண்ணா கேட்டுக்க வேண்டியதுதான் . . . சரி, சொல்லு, 'காட்சிப் படலம்'னா என்ன?' என்றான் கேசவன் புன்னகையுடன்.

'சீதையை அநுமான் இலங்கையிலே அசோகவனத்திலே பார்க்கிற காட்சி.'

'குட் . . . இந்தக் காட்சிக்கு ஒரு முக்கியத்வம் உண்டு. அது வரைக்கும், அநுமான், ராமன்தான் தெய்வம். இப்பொ, ராமனைவிட உயர்ந்த தெய்வம் ஒண்ணு இருக்க முடியும்னு அநுமனுக்குத் தெரியறது. வில்லோ, வாளோ ஒரு ஆயுதமில்லாமே, அனைத்து உலகங்களையும் வென்ற, கைலாச மலையையே தூக்கிய ராவணனை சீதை எதிர்த்து நிக்கறா. இதுக்கு முந்திய படலம் 'நிந்தனை'ப் படலம். ராவணன் வந்து சீதைகிட்டே கெஞ்சறான், கத்தறான், கொன்னுடுவேன்னு பயமுறுத்தறான். சீதை அவனைத் திட்டி அனுப்பறா. அநுமன் இதை மரத்துமேலே உட்கார்ந்திண்டு பாக்கறான். ஒரு பெண் ஒரு மகத்தான சாம்ராஜ்யத்து அதிபதியை எதிர்க்கிறது ஒரு மாபெரும் காட்சி. இந்தக் காட்சிக்கெல்லாம் சிகரமாக இருக்கிறது, அநுமன் தான் கண்டுகொண்ட புது தெய்வத்தை தரிசிக்கிறது . . . அதனால்தான் இது 'காட்சிப் படலம்,' என்றான் கேசவன் . . .

அவன் சொல்வதை மாணவிகள் ஒரு வகையான பிரமிப்புடன் கேட்டுக்கொண்டிருந்தது அவனுக்குச் சந்தோஷமாக இருந்தது.

வால்மீகி ராமாயணத்தில், வயதான ஆனால் நல்லவளாக வரும் திரிசடை இலங்கை அழிவைப் பற்றிய தன் கனவை மற்றைய அரக்கிகளுடன் பகிர்ந்துகொள்ளுகிறாள். ஆனால் கம்பன் எப்படி அவளை ஓர் அற்புதமான கதாபாத்திரமாக, சீதையின் உற்ற தோழியாகப் படைத்திருக்கிறான் என்பதைப் பற்றிக் கூறினான். நாடகச் சுவையைக் கூட்டுவதற்காகக் கம்பன் வால்மீகியில் காணப்படாத சீதையின் நினைவலைகளை 'ஃப்லாஷ்பாக்' உத்தியுடன் காட்டுகிறான் என்பதை விளக்கினான். அவர்கள் அனைவரும் தான் சொல்வதைக் கவனத்துடன் கேட்கின்றார்களா அல்லது மரியாதை நிமித்தம் அவ்வாறு பாவனை செய்கின்றார்களா என்ற சந்தேகம் அவனுக்கு அப்பொழுது வந்தது.

'போர்' அடிக்கிறேனா?' என்று சிரித்துக்கொண்டே கேட்டான்.

'நோ ஸார். வி லைக் இட்,' என்றாள் உஷா.

திருச்சியில் முதல் நாள் கதை சொல்லி மாணவர்களைக் கவர்ந்தது அவன் நினைவுக்கு வந்தது. தமிழ்க் கலாசாரச் சூழ்நிலை அதிகம் இல்லாத தில்லியில் கம்பனைப் பற்றிப் பேசியே பள்ளிக்கூட மாணவிகளைக் கவர முடியும் என்பது அவனுக்கு எதிர்பாராத ஆச்சர்யத்தைத் தந்தது.

இந்த மாணவிகளில் சிலருக்காகவது இயல்பாகவே இலக்கிய ரஸனை இருக்கக்கூடுமென்று அவனுக்குப் பட்டது. அல்லது, முதல் நாளன்று, பாடம் கேட்பதில் ஆர்வம் இருப்பதாகக் காட்டிக் கொள்கின்றார்கள் என்பதும் சாத்தியம்.

'உங்களுக்குப் பாடத்தெரியுமா, சார்?' என்று கேட்டாள் அஞ்சனா.

இந்தக் கேள்வியை அவன் எதிர்பார்க்கவில்லை.

'தெரியாது.'

'தமிழ்த்தாத்தா உ.வே சாமிநாத அய்யர் கம்பராமாயணத்தைப் பாடித்தான் சொல்லித் தருவாராம். எங்கப்பா அவர்கிட்டே படிச்சாராம் . . .' என்றாள் அஞ்சனா.

'உங்கப்பா கிட்டே கத்திண்டு வந்து நீ பாடு, நான் பாடம் சொல்லித் தரேன்,' என்றான் கேசவன்.

'நான் பாடறேன், சார் . . . நீங்க பதம் பிரிச்சுச் சொல்லுங்க . . . நான் பாடறேன் . . .' என்றாள் சரோஜா.

'இதிலே என்ன 'ப்ராப்லம்'னா, இலக்கியத்தை ரஸிக்கிறத்துக்குப் பாட்டு ஒரு 'டைக்ரஷ்னா' இருந்திடக் கூடாது. நான் சொல்லிக் கொடுக்கிறதைக் கேக்கறதைக் காட்டிலும், அடுத்தப் பாட்டு சரோஜா எப்பொ பாடப் போறான்னு, நீங்க காத்திண்டிருக்கும்படியா ஆகிவிடக் கூடாது . . . சரோஜா, நான் உன்னை 'டிஸ்கரேஜ்' பண்ணலே . . . சரி, நான் பதம் பிரிச்சுப் படிக்கறேன் . . . நீ பாடு . . .'

'மெய்த் திருப்பதம் மேவு என்ற போதினும்
இத் திரு துறந்து ஏகு என்ற போதினும்
சித்திரத்தில் அலர்ந்த செந்தாமரை
ஒத்திருக்கும் முகத்தினை உன்னுவாள்.'

என்று படித்துவிட்டு நிறுத்தினான் கேசவன்.

சரோஜா சிறிது நேரம் தான் எழுதிக் கொண்டதை உற்றுப் பார்த்துக்கொண்டிருந்தாள்.

பிறகு கண்ணை மூடிக்கொண்டு ஒத்திகை நடத்திய பிறகு, சஹானா ராகத்தில் பாடினாள்.

மாணவிகள் அனைவரும் கைதட்டினார்கள்.

'குட் ... பாட்டு பிரமாதமாக இருந்தது. பாட்டின் அர்த்தமும் பிரமாதம். உங்களுக்குப் புரிகிறதா அர்த்தம்?' என்றான் கேசவன்.

'கொஞ்சம் புரிகிறது, நீங்க சொல்லுங்க ...'

'தாமரைப் பூ படம் போடுகிறான் ஓர் ஓவியன். நிஜ தாமரைப் பூ, சூரியனைக் கண்டு மலரும், சூரியன் மறைந்த பிறகு குவியும். ஆனால் இந்தச் சித்திரத் தாமரைப் பூ, எப்பொழுதும் மலர்ந்தே இருக்கிறது. அதுபோல, ராமனுடைய முகம் இருந்ததாம். முதல் நாள், 'ராஜ்யம் உன்னுடையது' என்றான் தசரதன். அடுத்த நாள், 'ராஜ்யம் உனக்கில்லை, நீ காட்டுக்குப் போக வேண்டும்' என்கிறாள் கைகேயி. இதனால், ராமன் எந்தவித மனச் சலனமும் அடையவில்லை. எப்பொழுதும் போல மலர்ந்திருந்தது அவன் முகம் என்கிறார் கம்பர்.'

'காரணம், ராமனுடய முகம் நிஜத் தாமரைப் பூ இல்லே ... நிஜ மனுஷாளா இருக்கிறவாளுக்குக் கோபம் வராமெ இருக்குமா, சார்?' என்றாள் அஞ்சனா.

'நீ சொல்லறது சரிதான். ஆனா, கம்பன் காட்டறது ஒரு லட்சிய மனிதனை,' என்றான் கேசவன்

அதற்குள் 'பீரியட்' முடிந்ததற்கு அடையாளமாக மணி அடித்தது.

வகுப்பு மாணவிகளின் பார்வை வாசலை நோக்கியிருப்பதை அவன் கவனித்தான். அவன் திரும்பிப் பார்த்தான்.

'மாஸ்டர்ஜி, சார்'

'யாரு?'

'ஸான்ஸ்கிரிட் மாஸ்டர்ஜி, சார் ... எங்க 'டெர்மினாலஜி'யை நீங்க புரிஞ்சுக்கணும் ... நார்த் இண்டியன் வாத்தியார்னா, 'மாஸ்டர்ஜி', செளத் இண்டியன் வாத்தியார்னா, 'ஸார்', 'லேடி டீச்சர்னா' 'டீச்சர்' ... இப்பொ வந்து எட்டிப் பார்த்திட்டுப் போனது, ஸான்ஸ்கிரிட் மாஸ்டர்ஜி, ஷிவ் தத்,' என்றாள் அஞ்சனா.

'இதுக்குத் தமிழ் இலக்கணத்திலே என்ன சொல்வாங்க, தெரியுமா? நீங்க இலக்கணம் படிக்கறீங்களே . . ?' என்றான் கேசவன்.

'தெரியாது.'

'குழூஉக் குறி,' என்றான் கேசவன்.

'குழூஉக் குறி என்றால் என்ன? என்று கேட்டாள் உஷா.

'ஒவ்வொரு 'க்ரூப்' பும்' அதுக்கு மட்டும் புரியும்படியா ஒரு வார்த்தையைப் பயன்படுத்தறது. முக்கியமா, 'ப்ரொஃபஷனல் க்ரூப்ஸ்', அதாவது ஒரு குறிப்பிட்ட தொழிலைப் பண்ற 'க்ரூப்' அவங்களுக்கு மட்டும் புரியும்படியா சில வார்த்தைகளைப் பயன்படுத்துவாங்க. இப்பொ, உங்க மாதிரி 'டீன் ஏஜர்ஸ்'களுக்கு உங்களுக்கு மட்டும் புரியும்படியா சில வார்த்தைகள் இருக்கலாம். சில வாத்தியர்களுக்கு நீங்க உங்களுக்கு மட்டும் புரியும்படியா பேர் வச்சிருக்கலாம். இதுக்கு 'குழூஉக் குறி'ன்னு பேரு. புரிஞ்சுதா? ஓ.கே. 'டைம்' ஆயிடுத்து, நீங்க போகலாம்,' என்றான் கேசவன்.

9

ஒரு மாதத்துக்குள் பள்ளிக்கூட வகுப்புகளுடன் தன்னால் அநுசரித்துப்போக முடிந்தது என்பது கேசவனுக்கு ஆச்சர்யத்தைத் தந்தது. தில்லிக்கு எப்பொழுதோ வேலை தேடி வந்திருந்தாலும், தமிழ் நாட்டில் தொன்றுதொட்டு சுமந்துகொண் டிருக்கும் கலாசார மூட்டைகளை தில்லியிலிருந்த பெரும்பான்மையான தமிழர்களால் தில்லியிலும் சுமக்காமலிருக்க முடியவில்லை என்பது அவனுக்கு ஆச்சரியத்தைத் தரவில்லை.

உள்துறை அமைச்சகத்திலிருந்து ஒரு 'அண்டர்-செகரட்ரி' பள்ளி முதல்வர் அறையிலிருந்தபோது, அவன் முதல்வரை ஏதோ காரியத்துக்காகப் பார்க்கப் போனான். முதல்வர் அவனை அறிமுகப் படுத்தினார்.

'நம்ம தலைவர் திருச்சினாப்பள்ளியில் பொறுக்கி எடுத்த வைரம். காலேஜிலிருந்து பள்ளிக்கூடத்துக்குச் சொல்லிக் கொடுக்கிறத்துக்காக வந்திருக்கிறார். வெரி பாப்புலர் ஒரு மாசத்துக்குள்ளே, பேரு கேசவன் . . .'

அங்கு உட்கார்ந்திருந்தவர் அவனை ஏற இறங்கப் பார்த்தார். அரசாங்க அதிகாரி என்று முகத்தில் எழுதி ஒட்டியிருந்தது. ஐம்பத்தைந்து வயது இருக்கும் என்று தோன்றிற்று.

'அறிமுகம் 'ஒன்-வே'யாக இருக்கே . . .' என்றான் கேசவன்.

'என் பேரைச் சொல்லலியேங்கிறார் . . . காலேஜ்லேந்து வந்தவர்னு தெரியறது. என் பேரு கந்தாடை சேஷாத்ரி. 'கந்தாடை'ன்னா தெரியுமா?' என்றார் அவர்.

'கந்தாடை அப்பன்' என்றான் கேசவன்.

அவர் முகம் மலர்ந்தது. 'குட்'... உங்களுக்குத் தெரியுமா, சூரிய நாராயண அய்யர்? 'கந்தாடை'ங்கிறது ஒரு குடும்பப் பேருன்னு. 'கந்தாடை அப்பன்' இராமனுஜர் சிஷ்யர். பரம வைஷ்ணவர். கேசவன்னா, நீங்களும் வைஷ்ணவராத்தான் இருக்கணும். வடகலையா, தென்கலையா?'

கேசவன் பதில் கூறாமல், அவரைப் பார்த்துப் புன்னகை செய்தான்.

'அவரும் அய்யங்கார்தான். வடகலையா, தென்கலையான்னு எனக்குத் தெரியாது. ராஜகோபால அய்யங்கார் இவரைப் புகழறதைப் பார்த்தா வடகலையாகத்தான் இருக்கணும். சேஷாத்ரி ஸார் 'ஹோம்-மினிஸ்ட்ரி' லே அண்டர்-செக்ரட்ரி 'என்றார் சூரிய நாராயண அய்யர்.

'வடகலைன்னா என்ன கோத்ரம்?' என்றார் கந்தாடை.

'ஓ! அப்படி வரேளா?' என்று சிரித்துக்கொண்டே கேட்டுவிட்டு, 'ஸாருக்கு அஞ்சு பொண்ணு இருக்கு. மூணு பேர் நம்ம பள்ளிக்கூடத்திலே படிக்கறா. மூத்தவ ரெண்டு பேரும் படிச்சு பாஸ் பண்ணிட்டு காலேஜ்லே படிக்கறா. ஹேமாதானே மூத்தவ, அவ என்ன படிக்கிறா, சேஷாத்ரி ஸார்?' என்றார் முதல்வர்.

'நான் அப்புறம் வந்து உங்களைப் பாக்கறேன்' என்று முதல்வரிடம் சொல்லிக்கொண்டே புறப்பட்டான் கேசவன்.

'நான் என் பொண்ணுக்கு வரன் தேடிண்டு இங்கே வல்லெ . . . ஒரு பள்ளிக்கூட வாத்தியாரை அவ கல்யாணம் பண்ணிப்பாளாங்கிறதும் சந்தேகந்தான். அவ 'டெல்லி ஸ்கூல் ஆஃப் எக்னாமிக்ஸ்'லே எம்.ஏ. படிக்கிறா.' என்றார் சேஷாத்ரி சற்று உஷ்ணத்துடன்.

'உங்க பொண்ணு யாரை வேணுமானாலும் கல்யாணம் பண்ணிக்கட்டும், எனக்கு ஆட்சேபணை இல்லே . . . நான் வடகலையா, தென்கலையா, என்ன கோத்ரம், இதெல்லாம் அநாவசியக் கேள்விகள்தானே? கேட்டதுமில்லாமே, 'பள்ளிக்கூட வாத்தியார்னு' என்னை மட்டுமில்லே, 'ப்ரின்ஸ்பல்'லையும் அவமானப்படுத்தறத்துக்கு உங்களுக்கு என்ன உரிமையிருக்கு?' என்றான் கேசவன்.

சேஷாத்ரி திடுக்கிட்டார். ஒரு பள்ளிக்கூட வாத்தியார் அப்படிப் பேசுவான் என்று அவர் எதிர்பார்க்கவில்லை. அதுவும், அரசாங்க நிர்வாகத் தூணாகிய ஒரு 'அண்டர்-செக்ரட்ரி'யிடம், அவர் ஒரு *parent* என்ற மரியாதைகூட வைக்காமல், நேற்று வேலையில் சேர்ந்திருக்கும் ஒரு பொடிப் பயல் இப்படியா பேசுவான்?

'மிஸ்டர் சூரிய நாராயண அய்யர், ஐ டோண்ட் லைக் திஸ். இவர் பேரிலே நீங்க நடவடிக்கை எடுக்காட்டா, நான் செகரட்ரி கிட்டே பேசும்படியா இருக்கும்,' என்று சொல்லிக்கொண்டே எழுந்தார் கந்தாடை.

'எதுக்காக நடவடிக்கை எடுக்கணும்? நம்ம புது அரசியல் சட்டத்தின்படி, ஒத்தர் என்ன ஜாதின்னு கேக்கறது சட்ட விரோதம். ஐ கான் கோ டு தி கோர்ட் . . .'

'பாத்தேளா, பாத்தேளா அய்யர், என்ன பேசறான், பாத்திண்டிருக்கேளே?' என்று கோபமாகக் கத்தினார் சேஷாத்ரி . . .

சூரிய நாராயண அய்யருக்குக் கேசவன் அப்படிப் பேசியது உள்ளூற சந்தோஷமாக இருந்தது போல் தெரிந்தது. ஆனால் அவர் அதை வெளியிலே காட்டிக்கொள்ள விரும்பவில்லை.

'கேசவன் . . . நீங்க இப்படிப் பேசறது தப்புதான் . . . 'ஸாரி'ன்னு சொல்லுங்க,' என்றார் முதல்வர்

கேசவன் ஒன்றும் சொல்லாமல் மௌனமாக வெளியேறினான்.

கேசவன் ஆசிரியர் அறைக்குள் சென்றபோது, அங்கு ஏழெட்டுப் பேர் உட்கார்ந்திருந்தார்கள். ஒரே சமயத்தில் இத்தனை பேரை அவன் ஆசிரியர் அறைக்குள் பார்த்ததில்லை. இத்தனை பேருக்கும் ஒரே சமயத்தில் ஓய்வு நேரம் அமைவதில்லை.

பேசிக்கொண்டிருந்தவர்கள் அனைவரும் அவனைப் பார்த்ததும் அமைதியானார்கள்.

இது அவனுக்கு ஆச்சர்யத்தைத் தந்தது. ஒருவேளை, அவனைப் பற்றித்தான் பேசிகொண்டிருந்தார்களோ?

கேசவன் ஓர் இருக்கையில் அமர்ந்து நிதானமாகக் கேட்டான்: 'ஏதாவது பிரச்னையா? என்னைப் பார்த்ததும் பேசுவதை நிறுத்திவிட்டீர்கள்?'

நாகரத்தினம் எழுந்தான் . . . ஆரம்பப் பள்ளி ஆசிரியன். கெட்டிக்காரன் என்று அவனை முதல் முதல் பார்த்ததுமே கேசவனுக்குப் பட்டது. அவன் போட்டிருந்த கண்ணாடி இரண்டு கண்களிலும் -9 இருக்கும் என்று கேசவனுக்குத் தோன்றிற்று. வயது முப்பதுக்குள்தான் இருக்கும்.

நாகரத்தினம் கேசவன் அருகில் காலியாக இருந்த பக்கத்து நாற்காலியில் உட்கார்ந்தான்.

'நான் ஆங்கிலத்திலேயே பேசுகிறேன். இங்கு தமிழ் தெரியாதவர்களும் இருக்கிறார்கள். பிரச்னை இதுதான். நான் பொருளாதாரத்தில் எம்.ஏ. பட்டப் படிப்பு முடித்துவிட்டேன்.

முதல் வகுப்பில் பாஸ் செய்திருக்கிறேன். இப்பொழுது நான் சொல்லிக் கொடுப்பது, 'ஏ ஃபர் ஆப்பில்', 'பி ஃபர் பாய் . . .' இதுதான். 'மிடில்' வகுப்புகளில் இப்பொழுது வேலை காலியாக இருக்கிறது. அந்த இடத்தில் என்னைப் போட முடியுமா என்று முதல்வரைக் கேட்டேன். அவர் என்னை 'செகரட்ரி'யைப் பார்த்துக் கேட்கும்படி சொன்னார். நான் அவரிடம் சென்று, முதல் வகுப்பில் எம்.ஏ. பாஸ் செய்திருக்கிறேன் என்றதும், 'ஸோ வாட்?' என்றார். எனக்கு அதிர்ச்சியாக இருந்தது. வாழ்த்துத் தெரிவிப்பார் என்று எதிர்பார்த்தேன். பிறகு, சமாளித்துக் கொண்டு, 'மிடில்' வகுப்புகளில் வேலை காலியாக இருக்கிறது, முதல்வரை இதுபற்றிக் கேட்டபோது, உங்களைப் பார்க்கச் சொன்னார் என்றேன். 'எதுவும் எழுத்து மூலமாக வந்திருக்க வேண்டும். நான் என்ன, என் வீட்டுக்கு சமையல்காரனை நியமனம் செய்கிறேனா, கெட் அவுட்' என்று கோபமாகக் கத்தினார். இப்பொழுது, முதல்வர் பயந்துகொண்டு 'நான் உன்னை 'செகரட்ரி'யைப் பார்க்கச் சொல்லவேயில்லையே?' என்கிறார். முதல்வர் அனுமதியில்லாமல், 'செகரட்ரி' யைப் பார்த்ததற்கு விளக்கம் கேட்கிறார் . . . எல்லாமே 'செகரட்ரி'யின் உத்தரவு என்பது புரிகிறது. இதைப் பற்றித்தான் நாங்கள் பேசிக்கொண்டிருந்தோம்,' என்றான் நாகரத்தினம்.

'இந்த 'செகரட்ரி'யின் பெயர்தானே சமீபத்தில் செய்தித்தாள்களில் . . ?' என்று கேசவன் கேட்டு முடிப்பதற்குள், 'எக்ஸாட்லி' என்றான் நாகரத்தினம்.

'இப்பள்ளிக்கூடத்தில் 'டீச்சர்ஸ் அஸோஸியேஷன்' என்று ஏதாவது இருக்கிறதா?' என்றான் கேசவன்.

'ஒன்றும் கிடையாது. 'டெல்லி ஸ்டேட் டீச்சர்ஸ் அஸொஸியேஷன்'காரர்கள் இரண்டு, மூன்று தடவை வந்து இதைப்பற்றிக் கேட்டார்கள். இங்கு யாருக்கும் அதைப்பற்றி அக்கறை இருந்ததாகத் தெரியவில்லை,' என்றான் நாகரத்தினம்.

'சரி, உடனடியாக அதை ஆரம்பிக்க வேண்டுமென்று மற்றைய ஆசிரியர்களிடம் பேசி முதல்வரைச் சந்தித்துத் தொடங்குவோம். உங்கள் பிரச்னை 'அஸோஸியேஷன்' மூலம் அணுக வேண்டிய விஷயம்' என்றான் கேசவன்.

'நீங்கள் என்ன சொல்லுகிறீர்கள்?' என்று அங்கிருந்த மற்றைய ஆசிரியர்களைக் கேட்டான் நாகரத்தினம்.

அங்கிருந்தவர்களில், மூன்று நான்கு பேர் தமிழர்கள் அல்லாதவர்கள். ஷாலியும், கஞ்சுவும் காஷ்மீரைச் சேர்ந்தவர்கள். நவ் கிஷோர் ஷர்மா உத்தர் பிரதேஷ்.

ஆர்யாவும் ராம்பாஜும் பஞ்சாப்... ஷர்மா சற்று வயதானவர். ஐம்பதுகளில் இருப்பார். அவர் சொன்னார்: 'இது மதராஸிப் பள்ளிக்கூடம். பெரும்பான்மையான ஆசிரியர்கள் மதராஸிகள். நாங்கள் சிறுபான்மையினராக இருக்கிறோம். ஆகவே இதற்கான முதல் முயற்சிகள் உங்களைப் போன்றவர்கள் எடுப்பதுதான் பொருத்தமாக இருக்கும். குறிப்பாகக் கேசவன். துடிப்பான இளைஞர், அவர் இதை முன் நின்று செயல்படுத்த வேண்டும்.'

'நான் தயார். என்னுடன் இன்னும் இரண்டு, மூன்று ஆசிரியர்கள் முதல்வரைப் பார்க்க வந்தால் நல்லது. ஸீனியர் ஆசிரியர்கள் வந்தால் மிகவும் நல்லது . . .' என்றான் கேசவன்.

'ராஜாராம் வருவார். மற்றைய மதராஸி ஸீனியர் டீச்சர்கள் வருவது சந்தேகம். நான் வருகிறேன்,' என்றான் ஆர்யா.

ராஜாராம் அங்கில்லை. இருந்தாலும் அவர் வருவார் என்ற நம்பிக்கை ஆர்யாவுக்கிருந்தது.

'சரி, நான், கேசவன், ராஜாராம், ஆர்யா ஆகிய நால்வரும் முதல்வரைப் பார்த்து இதைப்பற்றிப் பேசுகிறோம்' என்றான் நாகரத்தினம்.

ஷாலி கூறினார்: 'டெல்லி ஸ்டேட் டீச்சர்ஸ் அஸோஸியேஷன் செகரட்ரி பக்கத்து முனிஸபல் பள்ளிக்கூடத்தில்தான் வேலை செய்கிறார். எனக்கு அவரை நன்றாகத் தெரியும். அவரிடம் நான் பேசுகிறேன். அவரையும் முதல்வரிடம் அழைத்துக்கொண்டு போங்கள். அரசாங்க விதிகளின்படி, இந்த அஸோஸியேஷன் அவசியம் என்று அவரால் சொல்ல முடியும்.'

'குட்! தாங்க் யூ, மிஸ்டர் ஷாலி,' என்றான் கேசவன்.

'இன்னொரு யோஜனை. மிஸ்டர் நாகரத்தினம் உங்களுடன் வருவது அவ்வளவு உசிதமாக எனக்குப் படவில்லை. இப்பொழுது அவர் பாதிக்கப்பட்டவர். முதல்வர், இதனால்தான் அஸோஸியேஷன் தொடங்கவிரும்புகிறோம் என்று நினைத்துவிடக் கூடாது . . .' என்றார் ஷாலி.

கேசவன் நாகரத்தினத்தைப் பார்த்தான்.

'இதனால்தான் தொடங்குகிறோம். அதில் என்ன சந்தேகம்? ஆசிரியர்கள் எதிர்கொள்ளும் பிரச்னைகளைக் கவனிக்கத்தானே இந்த அஸோஸியேஷன்?' என்றான் நாகரத்தினம்.

'நான் ஷாலியுடன் உடன்படுகிறேன். நாகரத்தினம்ஜி, பொறுமையாக இருங்கள். அஸோஸியேஷன் உங்கள் பிரச்னையை முதல் பிரச்னையாக எடுத்துக்கொள்ளும்,' என்றார் ஷர்மா புன்னகையுடன்.

நாகரத்தினம் இதை அரைமனத்துடன் ஏற்றுக்கொண்டான்.

தில்லி ராஜ்ய ஆசிரியர் சங்கத்தின் செயலர் கோயல் தம்மைப் பார்க்க விரும்பதாகச் செய்தி வந்ததும், முதல்வருக்கு முதலில் ஆச்சர்யமாக இருந்தது. ஆனால் 'பார்க்க முடியாது' என்று சொல்லத் துணிவுமில்லை. பிறபகல் நான்கு மணிக்கு வரச் சொன்னார்.

தம் பள்ளிக்கூடத்தைச் சேர்ந்த மூன்று ஆசிரியர்கள் கோயலுடன் வருவார்கள் என்று முதல்வர் எதிர்பார்க்கவில்லை.

கோயலுக்கு ஐம்பது வயதிருக்கும். தடித்த 'ஃப்ரேம்' போட்ட கண்ணாடி போட்டிருந்தார். ஆங்கில ஆசிரியர். மிகச் சரளமாக ஆங்கிலத்திலும் ஹிந்தியிலும் பேசினார். அவர் உர்துவில் கவிதை எழுதுவதாக ஷாலி கேசவனிடம் சொல்லியிருந்தார்.

'சூர்யநாராயன்ஜி, நமஸ்தே . . . உங்கள் தலைமையில் மதராஸி பள்ளிக்கூடம் நன்றாகச் செயல்பட்டுக்கொண்டு வருகிறது என்பது பற்றி எங்களுக்குப் பெருமை,' என்றார் கோயல்.

எதற்காக இந்தப் பூர்வ பீடிகை என்று முதல்வருக்குப் புரியவில்லை. கொஞ்சம் தடுமாறிய குரலில், 'தாங்க் யூ . . .' என்றார்.

'முதல்வர் என்றால், நம் ராஷ்டிரபதிஜி போல, 'சமமானவர்களுக்கு முதல்வர்' என்றுதான் அர்த்தம். நாம் எல்லாருமே அடிப்படையில் ஆசிரியர்கள். நமக்கென்று சில உரிமைகள் இருக்கின்றன. யாராலும் அவற்றைப் பறித்துவிட முடியாது. தில்லியில் நாம் அனைவரும் ஆசிரியர் இனம். மதராஸி என்றோ, பஞ்சாபி என்றோ நம்மைப் பிரித்துப் பேச முடியாது. உங்கள் உரிமைகளுக்கு ஏதாவது ஆபத்து ஏற்பட்டால், நாங்கள் உங்களுக்காகப் போராடுவோம் . . . ஆனால் இதற்கு ஒரு சங்கம் தேவை. நீங்கள் உங்கள் பள்ளிக்கூடத்தில் ஆசிரியர் சங்கம் உருவாக்கி, தில்லி ஸ்டேட் ஆசிரியர் சங்கத்துடன் அதை இணைக்க வேண்டும் . . . அதைப் பற்றித்தான் உங்களுடன் பேச வந்தேன்,' என்றார் கோயல்.

'எங்கள் பள்ளிக்கூட நிர்வாகத்துக்கு இதற்கு உடன்பாடில்லை. உங்கள் உரிமைகளைப் பாதுகாக்க நாங்கள் இருக்கும்போது, உங்களுக்கு எதற்காகச் சங்கம் என்று அவர்கள் கேட்கக் கூடும் . . .' என்றார் முதல்வர்.

'நம் பள்ளிக்கூட நிர்வாகத் தலைவரே தொழிற்சங்கவாதி தானே? அப்படியிருக்கும்போது, நிச்சயமாக அவர் இந்த மாதிரிக் கேட்க மாட்டார் என்பதுதான் என் நம்பிக்கை,' என்றான் கேசவன்.

'பள்ளிக்கூட ஆசிரியர்கள் தொழிலாளிகளா?' என்று கேட்டார் முதல்வர் . . .

'ஏன் இல்லை? ஆசிரியர் வேலை என்பது பட்டமா? தொழில்தானே? நாம் எல்லாரும் அறிவுத் தொழிலாளிகள்,' என்றார் ராஜாராம்.

'அப்படியானால், நீங்களும் கேசவனும் போய் 'செகரட்ரி'யைப் பார்த்து சங்கம் அமைக்க அனுமதி வாங்குங்கள் . . .' என்றார் முதல்வர்.

'பிரின்ஸ்பல்ஜி, உங்கள் அணுகுமுறை தப்பு. நாம் யாரிடமும் அனுமதி வாங்க வேண்டியதில்லை. நீங்கள் கூடி முடிவு செய்து, ஒரு செயற்குழு அமைத்து, உங்கள் நிர்வாகத்தினரிடம் தகவல் சொல்லுங்கள். நீங்கள்தான் செயற்குழுவுக்குத் தலைவராக இருக்க வேண்டும். எங்கள் முதல்வர் ராம்சரண் குப்தாதான் எங்கள் தலைவர்,' என்றார் கோயல்.

'உங்கள் பள்ளிக்கூடம், அது வேறு விஷயம் . . . அது 'மைனாரிட்டி ஸ்கூல்' இல்லை . . .' என்றார் சூர்யநாராயண அய்யர்.

'நான்ஸென்ஸ் . . . நம்முடையதும் 'மைனாரிட்டி ஸ்கூல்' இல்லை. இது என்ன முஸ்லீம் ஸ்கூலா அல்லது கிறிஸ்துவ ஸ்கூலா?' என்றார் ராஜாராம்.

'மொழிவாரியான மைனாரிட்டி . . . தமிழ் நாட்டு அரசாங்கம் ஒரு லட்ச ரூபாய் நன்கொடை கொடுத்திருக்கிறது . . .' என்றார் முதல்வர்.

'தில்லி அரசாங்கம் இதை 'மைனாரிட்டி' பள்ளிக்கூடம் என்று அறிவித்திருக்கிறதா? அப்படியே 'மைனாரிட்டி' பள்ளிக்கூடமாக இருந்தாலும், ஆசிரியர் சங்கம் இருக்கக்கூடாது என்று யார் சொன்னார்கள்?' என்றான் கேசவன்.

'கரெக்ட் . . .' என்றார் கோயல்.

'இதை மொழிவாரியாக 'மைனாரிட்டி பள்ளிக்கூடம்' என்று சொல்வதே தப்பு. தமிழ் போதனா மொழி இல்லை. ஆங்கிலந்தான் போதனா மொழி. தமிழ் மொழி எட்டாம் வகுப்பு வரைக் கட்டாயம் என்பது தமிழ் நாட்டு அரசாங்கத்தின் கண்ணில் மண் தூவ. கேசவன் சொன்ன மாதிரி, சிறுபான்மையர் பள்ளிக்கூடமாக இருந்தாலும், அந்தப் பள்ளிக்கூட ஆசிரியர்கள் சங்கம் அமைக்கக்கூடாது என்று எந்தச் சட்டம் சொல்லுகிறது . . . ?' என்றார் ராஜாராம்.

கனவுகளைத் தொடர்ந்து

'இன்னொரு விஷயம், மிஸ்டர் சூர்யநாரயண்ஜி, கல்வித் துறையின் திருத்திய சட்ட விதிகளின்படி, ஒவ்வொரு பள்ளிக்கூடத்திலும் ஆசிரியர் சங்கம் இருந்தாக வேண்டும்' உங்களுக்கு வேண்டுமானால், அந்த உத்தரவை அனுப்பித் தருகிறேன் . . .' என்றார் கோயல்.

'ப்ளீஸ். அனுப்புங்கள். நிர்வாகத்தினரிடம் நான் இதைப் பற்றிப் பேச உதவியாக இருக்கும் . . .' என்றார் முதல்வர்.

இரண்டு நாட்கள் கழித்து நடந்த ஆசிரியர் கூட்டத்தில் சங்கம் அமைப்பதென்ற தீர்மானம் நிறைவேறியது. முதல்வர் கூட்டத்துக்கு வர மறுத்ததோடு மட்டுமல்லாமல், சங்கத்தலைவராக இருக்கவும் மறுத்துவிட்டார். ராஜாராம் தலைவராகவும், கேசவன் செயலராகவும் ஒருமனதாகத் தேர்ந்தெடுக்கப்பட்டார்கள். ஆர்யா பொருளாளர்.

தேர்தல் நடந்து முடிந்த மூன்றாம் நாள், கேசவனும் நாகரத்தினமும் முதல்வரைப் பார்க்கச் சென்றனர்.

இருவரும் சேர்ந்து வருவதைப் பார்த்ததும், முதல்வர் சற்றுத் திடுக்கிட்டார்.

'என்ன விஷயம்?' என்று கேட்கும்போதே என்ன விஷயமென்று அவருக்குத் தெரியும் என்பது அவர் குரலில் தொனித்தது.

'நாகரத்தினம் எம்.ஏ. வகுப்பில் 'பாஸ்' செய்திருக்கிறார். மிடில் வகுப்புகளுக்கு இப்பொழுது அவரால் சொல்லிக்கொடுக்க முடியும். மிஸ் லில்லி தாமஸ் இடத்தில் இன்னும் யாரும் நியமனம் ஆகவில்லை,' என்றான் கேசவன்.

'ஐ ஆம் ஸாரி. விளம்பரம் கொடுத்துத்தான் போடணுங்கிறார் 'செகரட்ரி',' என்றார் முதல்வர்.

'தகுதியிருந்தா இவரை ஏன் 'ப்ரமோட்' பண்ணக்கூடாது?' என்றான் கேசவன்.

'யு டிஸ்கஸ் இட் வித் தி 'செகரட்ரி',' என்றார் முதல்வர்.

'அப்பொ நான் அவரைப் பாக்கணும்னு ஒரு 'அப்ளிகேஷன்' எழுதித் தரேன். நீங்க 'ஃபார்வேர்ட்' பண்ணிப் பாக்க 'அப்பாயின்மென்ட்' வாங்கித் தாங்க . . . அப்புறம் உங்களை மீறி நான் போய் அவரைப் பாத்தேங்கிற பேச்சு வரக்கூடாதில்லையா?' என்றான் கேசவன்.

முதல்வர் அவனை ஏற இறங்கப் பார்த்தார். சிறிது நேரம் அமைதியாக இருந்தார்.

'என்ன சொல்றீங்க?'

'இந்தக் 'கேஸ்' அவர் 'நோட்' எழுதிப் போட்டாச்சு. அப்படியிருக்கறபோது, இது விஷயமா நீங்க போய் அவரைப் பாக்கறத்துக்கு என்னாலெ உங்க 'அப்ளிகேஷனை' 'ஃபார்வேர்ட்' பண்ண முடியாது . . .'

'தென் ஐ வில் ஸீ தி பிரஸிடெண்ட்.'

"அது உங்க இஷ்டம். 'செகரட்ரி' கேட்டா எனக்கு இதுபத்தி ஒண்ணும் தெரியாதுன்னுதான் நான் சொல்வேன் . . ."

'பிரஸிடெண்ட்டை' பாக்க அப்ளிகேஷன் உங்களுக்கு எழுதிட்டு, ஒரு அட்வான்ஸ்ட் காப்பியை அவருக்கு நேரே அனுப்பிவிடுவார் கேசவன் . . . அதுதான் முறை . . ." என்றான் நாகரத்தினம்.

'நீ அவருக்கு முறையைச் சொல்லித் தரயா? இங்கே நீ இத்தனை வருஷமா வேலை செய்யறே? ஏழு வருஷம் இருக்குமா? நீ மேலே படிக்கறத்துக்கு நான் எப்பொவானும் தடையா இருந்திருக்கேனா? கொஞ்சம் பொறு, மேல் கிளாஸ் வாங்கித் தரேன்னு நான் சொல்லறதைக் கேக்காமெ, 'செகரட்ரி' யைப் போய் பாத்தே . . . எம்.ஏ. பாஸ் செய்ததினாலே உனக்குக் கொம்பு முளைச்சுடுத்தா . . ? இப்பொ இவரை, நேத்து வந்த இவரைத் தூண்டிவிட்டு வேடிக்கைப் பாக்கறே . . . தாராளமா 'பிரஸிடெண்ட்'டைப் பாருங்கோ. . . எனக்கு ஆட்சேபணையேயில்லே . . .' என்றார் முதல்வர்.

'நீங்கதான் 'செகரட்ரி'யைப் பாக்கச் சொல்லிட்டு, நான் சொல்லவேயில்லேங்கிறீங்க?' என்றான் நாகரத்தினம்.

'முதல்லே இது 'செகரட்ரி'யப் பாத்துக் கேட்கவேண்டிய விஷயமேயில்லே. யார்யார் எந்த வகுப்பு எடுக்கணுங்கிறது 'பிரின்ஸிபல்' முடிவு செய்ய வேண்டிய வேலை,' என்றான் கேசவன்.

'இது சென்னை மாகாணமில்லே. இது டெல்லி. இங்கேருக்கிற 'சௌத் இண்டியன் பாரெண்ட்ஸ்' நடத்தற பள்ளிக்கூடம். 'பிரின்ஸ்பல்'லுக்கு அதிகாரம் ஒண்ணும் கிடையாது. நாகரத்தினத்தை மேல் வகுப்பு எடுன்னு நான் சொன்னேனா, உடனே ஒரு 'பாரன்ட்' அவன் 'கவர்ன்மெண்ட்'லே ஒரு பெரிய உத்தியோகத்திலே இருப்பான், 'பிரைமரி' வாத்தியாரை 'மிடில் க்ளாஸை' எடுக்கச் சொல்றார் 'பிரின்ஸ்பல்'ன்னு 'செகரட்ரி' கிட்டே 'கம்ப்ளெய்ன்ட்' பண்ணுவான். கேசவன், இந்த 'ஸ்கூலை'ப் பத்தி உங்களுக்கு ஒண்ணும் தெரியாது . . .' என்றார் முதல்வர்.

'95% 'கிராண்ட்' (grant) டெல்லி ஸ்டேட்லே தரா. 5% 'கிராண்ட்' கொடுக்கிறத்துக்காக, பள்ளிக்கூட 'கவர்னிங் பாடி' ஒண்ணும் செய்ய முடியாது,' என்றான் நாகரத்தினம்.

'டீச்சர்ஸ் அஸோஸியேஷன்' உங்களுக்குப் பக்கபலமா இருக்கும், நீங்க பேசாமெ, நாகரத்தினத்தை 'மிடில் க்ளாஸ்' வகுப்புகளை எடுக்கச் சொல்லுங்க. ஐ வில் அல்சோ மீட் தி பிரஸிடெண்ட் வித் யுவர் பெர்மிஷன். அவர்கிட்டே எல்லாத்தியும் விளக்கமா என்னாலெ சொல்ல முடியும்னு எனக்கு நம்பிக்கை இருக்கு,' என்றான் கேசவன்.

முதல்வர் சிறிது நேரம் மௌனமாக இருந்தார்.

'சரி, 'பிரஸிடெண்ட்'டை 'அப்பாய்ன்ட்மென்ட்' கேட்டு, என் மூலமா அனுப்பற மாதிரி ஒரு 'லெட்டர்' எழுதிக் கொடு . . . நான் 'ஃப்ஃரேவேர்ட்' பண்றேன். 'பிரஸிடெண்ட்,' 'சரி'ன்னார்னா, நாகரத்தினம் மேல் க்ளாஸ் எடுக்கட்டும். உனக்கோ 'பிரஸிடெண்'ட் வேண்டியவர், அனுமதி வாங்க பிரச்னை ஒண்ணும் இருக்காது,' என்றார் முதல்வர்.

'அப்படியா?' என்று ஆச்சர்யத்துடன் கேட்டான் நாகரத்தினம்.

இதை மறுக்க இது சரியான சந்தர்ப்பம் இல்லை என்று கேசவனுக்குத் தோன்றிற்று.

மௌனமாகப் புன்னகை செய்தான்.

10

கேசவன் சந்திக்க விரும்பியதாகக் குறிப்பிட்டிருந்த தேதிக்கு முன்பாகவே, பள்ளி நிர்வாகக் குழு தலைவர் அவனை வரச் சொல்லி விட்டார். தனியாக வரும்படி சொல்லியிருந்தார்.

அவர் வீடு 'ஜன்பத்'தில் இருந்தது. பெரிய பங்களா. அவன் அங்கு போனபோது, அண்ணாமலைப் பல்கலைக்கழகத்தில் படித்தபோது, 'பொருளாதாரவியல்' எம்.ஏ. படித்துக்கொண்டிருந்த நடராஜனை அந்த வீட்டில் சந்திப்போமென்று கேசவன் எதிர்பார்க்கவில்லை.

நடராஜனும் அவனைப் பார்த்ததும் சற்று வியப்படைந்தான். நடராஜன் அந்த வீட்டில் தங்கியிருந்தான் என்று தோன்றிற்று.

'என்ன இப்படித் திடீர்னு? டெல்லியிலா இருக்கே?' என்றான் நடராஜன்.

'ஆமாம் ... மெட்ராஸி ஸ்கூல்' லே வாத்தியாரா இருக்கேன் ...'

'நீ திருச்சினாப்பள்ளியிலே ஒரு காலேஜ்லே இருக்கேன்னு கேள்விப்பட்டேனே?'

'இருந்தேன். இப்பொ இங்கே பள்ளிக்கூடத்தி லேருக்கேன், ஆமாம் . . . நீ?'

'ஸெண்ட்ரல் ஸ்டாடிஸ்டிகல் இன்ஸ்டிடூயூட்'லே இருக்கேன். இவர் என் மாமா. இவரோடதான் தங்கியிருக்கேன் ...இவர் உங்க 'ஸ்கூல் பிரஸிடெண்ட்' இல்லே? பாக்க வந்தியா? பள்ளிக்கூடத்திலேந்து ஒத்தர் வருவார், இருக்கச் சொல்லுன்னு இப்பொத்தான் 'ஃபோன்' பண்ணினார் . . . நீதானா அது? 'ப்ளஸெண்ட் ஸர்ப்ரைஸ்,' என்றான் நடராஜன்.

இருவரும் 'ஹாலி'ல் சோபாவில் உட்கார்ந்தார்கள்.

'ஆமாம், காலேஜ்லேந்து ஏன் ஸ்கூலுக்கு வந்தே?'

'சின்ன ஊரிலேந்து, ராஜதானிக்கு 'ப்ரமோஷன்', அதுக்காக வந்தேன்,' என்று சிரித்துக்கொண்டே பதில் கூறினான் கேசவன்.

'சரி, காப்பி குடிக்கறியா, போடவா?'

'நோ, தாங்க்ஸ் . . . நீ இங்கேதான் தங்கியிருக்கியா?'

'ஆமாம். பல தமிழ் நாட்டு எம்.பிக்கள்லாம், 'ரெகுலரா' வீட்டை வாடகைக்கு விட்டிருக்காங்க. ஆனா, என் மாமா 'ட்ரூ காந்தியன்', வீட்டைப் பாத்துக்க என்னை வச்சிருக்கார்.'

'குட். உனக்கு டெல்லி பிடிச்சிருக்கா?'

'பிடிச்சிருக்கா இல்லையா என்பது கேள்வியே இல்லே. எந்த ஊரு சோறு போடறதோ அதுதான் சொர்க்கம்.'

'டிபிக்கல் ப்ராமின் ஆட்டிட்யூட்.'

'கம் ஆன் ... நீ எதுக்கு டெல்லிக்கு வந்தே? 'ப்ராமினு'க்குத்தான் வயிறு இருக்கா, மத்தவங்களுக்கு இல்லையா?'

'எல்லாருக்கும் இருக்கு, இல்லேங்கலே. ஆனா, நம்ம வரலாற்றைப் பாத்தியானா, 'ப்ராமின்ஸ்'தான் எப்பொழுதுமே 'ஃப்ளோடிங் பாப்புலேஷன்,' என்றான் கேசவன்.

'நீ கம்யூனிஸ்ட் இல்லே? மறந்து போச்சு,' என்று சிரித்துக் கொண்டே சொன்னான் நடராஜன்.

அப்பொழுது, 'சாரி, ஐ கெப்ட் யூ வெய்டிங்,' என்று சொல்லிக்கொண்டே வந்தார் நடராஜனின் மாமா.

'நானும் கேசவனும் 'யுனிவர்ஸிடி மேட்ஸ்',' என்றான் நடராஜன்.

'ஓ! ரியலி?' என்று சொல்லிக்கொண்டே அவர் சோபாவில் உட்கார்ந்தார்.

'யுனிவர்ஸிடியிலியே கேசவனுக்குப் போராட்ட குணம் உண்டா?' என்று சிரித்துக்கொண்டே கேட்டார் எம்பி.

'ஏன் இப்பொவும் 'ஸ்கூல்' போராட்ட விஷயமாத்தான் உங்களைப் பாக்க வந்திருக்கானா?' என்றான் நடராஜன்

'உரிமையை எடுத்துச் சொல்வது போராட்டமா?' என்றான் கேசவன்.

'நாட் அட் ஆல் . . . ஐ வாஸ் ஜஸ்ட் ஜோகிங். நீங்க எதுக்காக வந்திருக்கீங்கங்கிறது எனக்குப் புரிகிறது. நாகரத்தினம் 'மிடில் வகுப்புகள்' எடுக்கணும், அதானே ?' என்றார் எம்.பி.

'ஆமாம், உங்களுக்கு என்ன பிரச்னைன்னு எப்படித் தெரியும் ?'

'பிரின்ஸ்பல்லைக் கேட்டேன். அவர் சொன்னார். நான் 'செகரட்ரி' கிட்டே பேசினேன், பட் ஹி ஈஸ் 'அடமென்ட்'. ஆனா, அவர் 'பேரன்ட்ஸ்' கிட்டே 'வெரி பாப்புலர்.'

'அவரைப் பத்தி நான் ஏதோ கேள்விப்பட்டேனே, அப்படியுமா ?'

எம்.பி அவனைச் சில நொடிகள் மௌனமாக உற்றுப் பார்த்தார். பிறகு சிரித்தார்.

'அவர் நல்ல நிர்வாகி. அது போறும், நம்ம 'பேரன்ட்ஸ்'க்கு . . .'

'நம்ம கலாசாரத்திலே ர்ாமன் விதிவிலக்கு, அப்படித்தானே ?' என்றான் கேசவன்.

'ஆர் யூ அ ஸினிக் ?' என்றார் எம்.பி.

'அவர் அப்படி அசம்பாவிதமா ஒரு 'டீச்சர்'கிட்டே நடந்திண்டார்ங்கிறது உண்மையானா அது தப்பில்லையா ?'

'அந்த 'டீச்சரே' தன்னோட குற்றச்சாட்டை வாபஸ் வாங்கிட்டாளே, அப்புறம் என்ன 'ஆக்ஷன்' எடுக்கமுடியும் ?'

'அவளுக்கு 'ப்ரமோஷன்' கிடைச்சுதுன்னு கேள்விப்பட்டேன்...'

'லுக், இது ராம ராஜ்யம் இல்லே . . . நீ வாழ்க்கையிலே முன்னேறணும்னா பல சமரஸங்களுக்குத் தயாரா இருக்கணும் . . . நானும் தூய காந்திவாதியாகத்தான் இருந்தேன். ஆனா எப்பொ தேர்தல் ஜனநாயகத்துக்கு உடன்பட்டு, தேர்தல்லே நின்னேனோ, அப்பொவே தெரிஞ்சுபோச்சு . . . காந்தியக் கனவுகள்லாம் ராஜ்காட்டிலேத்தான் இருக்கணும்னு . . . நீ சின்னப் பையன். நடைமுறைக்குச் சாத்தியமான கனவுகளைக் காண்பதற்கு உன்னை நீ தயார் பண்ணிக்கணும் . . .' என்றார் எம்.பி.

நடராஜன் அவரைத் தூய காந்தியவாதி என்று சித்திரித்தது கேசவன் நினைவுக்கு வந்தது.

சில விநாடிகள் மௌனம் நீடித்தது.

'லோதி ரோட்லே ஒரு 'மிடில் ஸ்கூல்' ஆரம்பிச்சிருக்கோம் தெரியுமா ? 'இன்ஃபாக்ட்' அதுதான் நம்ம சொந்தக் கட்டடம். அடுத்த வருஷம் அங்கே தான் 'ஹையர் செகண்டரியை ஷிஃப்ட்'

பண்ணப் போறோம், அப்பொ, நீங்க 'ஜாய்ன்' பண்ணியிருக்கிற 'ஸ்கூல்' 'மிடில் ஸ்கூல்' ஆயிடும் ... நீ லோதி ரோட் போகும்படியா இருக்கும். எதுக்குச் சொல்றேன்னா, நாகரத்தினத்தை அடுத்த வருஷம் இங்கே 'ஹெட்மாஸ்டரா' ஆக்கிடுவோம். அவனைக் கொஞ்சம் பொறுமையா இருக்கச் சொல்லு ...' என்றார் எம்.பி.

'திடீர்னு அவரை 'ஹெட்மாஸ்டரா' ஆக்கிறதுக்கு முன்னாலே, இங்கேயே அவரை இப்பொ 'ப்ரமோட்' பண்ணா என்ன? இடமும் காலியா இருக்கு. அவருக்கு 'மிடில்' வகுப்புகள் எடுக்கறதுக்குப் பயிற்சியும் கிடைக்கும் ...' என்றான் கேசவன்.

'அது நடக்காது. 'செகரட்ரி ஈஸ் டெட் அகென்ஸ்ட் ஹிம்.' அடுத்த ஜனவரியிலே 'மானேஜ்மென்ட் எலெக்ஷன்' வரது. அவர் மறுபடியும் 'செகரட்ரி'யா வர 'சான்ஸ்' இல்லே.'

'அப்போ நாகரத்தினத்துக்கு 'ஹெட்மாஸ்டரா' 'ப்ரமோஷன்' கிடைக்குங்கிறது என்ன நிச்சயம்?'

'பிகாஸ், எம்.பியா இருக்கறவரைக்கும் நான் 'பிரஸிடெண்டா' இருப்பேன் ... இப்பொ 'செகரட்ரி'யை 'ஆன்டகனைஸ்' பண்ண வேண்டாம் ...'

'அவர் அவ்வளவு முக்கியமானவரா?'

'ஆமாம் ... இதுக்கு மேலே என்னாலெ சொல்லமுடியாது ...'

'செக்ரட்ரி' மிகவும் 'முக்கியமான' ஓர் அமைச்சரின் அந்தரங்கச் செயலராக இருக்கக் கூடும், அந்த ஒளிவட்டத்தில் இருப்பவருக்கு மிகுந்த செல்வாக்கு இருக்கலாம், அந்த அமைச்சரின் உதவி இவருக்குத் தேவை என்று தோன்றுகின்றது,' என்று கேசவனுக்குப் பட்டது.

'நாகரத்தினக்கு 'ப்ரோமோஷன்' தருவதைப் பத்தி எழுத்திலே தர முடியுமா?' என்றான் கேசவன்.

'நோ! என் பேரிலே நம்பிக்கை வேணும், இதுதான் என்னாலே சொல்ல முடியும். இதோ உன் சிநேகிதன் நடராஜன் சாட்சி.'

'என் நம்பிக்கை மட்டும் போறாது. நாகரத்தினம் நம்பணும், மத்த ஆசிரியர்களும் நம்பணும்,' என்றான் கேசவன்

'அவர்களை நம்ப வைக்கிறது உங்க சாமர்த்தியம்.'

'கேசவா, மாமா வாக்குறுதி கொடுத்தார்னா அதைத் தவற மாட்டார், சொல்லறதைக் கேளு, யார் வம்பையோ உன் தலையிலே போட்டுண்டு ஏன் அவஸ்தைப் படறே', என்றான் நடராஜன்.

‘அப்படிப் பேசறது தப்பு, நட்டு. கேசவன் தனக்காக வழக்காடலே, சக வாத்தியாருக்காகப் பேச வந்திருக்கார். தொழிற் சங்கவாதிங்கிற முறையிலே நான் இதை வரவேற்கிறேன் . . . அதே சமயத்திலே எது சாத்தியமோ அதை ஏத்துக்கிறதிலே தயக்கம் இருக்கக்கூடாது. ‘பாலிடிக்ஸ் ஈஸ் தி ஆர்ட் ஆஃப் தி பாஸிபில்,’ என்றார் எம்.பி.

இதற்கு மேல் என்ன சொல்வது என்று கேசவனுக்குப் புரியவில்லை. நாகரத்தினமிதற்கு சம்மதிப்பானா? மற்றைய ஆசிரியர்கள் இதை ஏற்றுக்கொள்வார்களா?

‘இன்னொரு விஷயம் . . . இப்பொத்தான் தோணித்து. மத்த வாத்தியார்கள் யாருக்கும் இது தெரிய வேண்டாம் . . . அவர்கள்ளே நாகரத்தினத்தை விட ‘ஸீனியர் பி.டி. டீச்சர்’ இருக்கலாம். தங்களை விட்டு நாகரத்தினத்தை எப்படி ‘ஹெட்மாஸ்டரா’ போடலாங்கிற பிரச்னை வரக்கூடும் . . . அதனாலே இப்பொ இதைப் பத்தி நாகரத்தினத்துக்கு மட்டும் தெரிஞ்சா போறும். அவனை என்னைப் பாக்கச் சொல்லு. நான் பேசிக்கிறேன் . . .’ என்றார் எம்.பி.

‘பின்னாலே பிரச்னை வந்தா . . .?’ என்றான் கேசவன்.

‘வராது. ‘ஹெட்மாஸ்டர் போஸ்ட்’க்கு விளம்பரம் கொடுத்து நாகரத்தினத்தை ‘அப்பாய்ன்ட்’ பண்ணிடலாம் . . . அவன் கெட்டிகாரன்னு எனக்குத் தெரியும். ‘பிரைவேட்டா’ எழுதி முதல் வகுப்பிலே ‘பாஸ்’ பண்ணியிருக்கான்னா, இது ‘ரிமார்க்கபில்’,’ என்றார் எம்.பி.

11

அடுத்த நாள் கேசவன் நாகரத்தினத்திடம் எம்.பி. சொன்னதைக் கூறினான்.

'நீங்க போய் அவரைப் பாருங்க ... யாருக்கும் தெரிய வேணாம் ...'

நாகரத்தினம் சிறிது நேரம் யோஜித்தான்.

'என்ன யோஜிக்கறீங்க?'

"அஸோசியேஷன்' பிரச்னை ஆனப்புறம், யாருக்கும் தெரிய வேணாம்னா சரியா இருக்கா? மத்தவங்ககிட்டே நீங்க என்ன சொல்வீங்க?'

'நாகரத்தினத்தைத் தன்னை வந்து பார்க்கச் சொன்னார்னு சொல்லுவேன், அவ்வளவுதான் ... அதுதானே உண்மை ...'

"எடிட்' பண்ண உண்மை ... இதுக்கப்புறம் என்ன நடக்கப் போறதுன்னு நமக்குத்தான் தெரியும், மத்தவங்களுக்குத் தெரியாது ... இதுவும் உண்மை ... இன்னொருவிஷயம், அரசியல்வாதிகளை நம்பலாமா, அதுவும் உண்மை ...' என்றான் நாகரத்தினம்.

கேசவனுக்கு இதற்கு என்ன பதில் சொல்வது என்று தெரியவில்லை.

'என்ன பேசாமெ இருக்கீங்க?'

'அரசியல்வாதிகளை நம்பக் கூடாதுங்கிறது உண்மைதான் ... ஆனா, இது, பாக்கப் போனா, நீங்க எடுக்க வேண்டிய முடிவு. அவர் சொன்னதை உங்ககிட்டே சொன்னேன் ... நீங்க போய் அவரைப் பாருங்களேன் ... அப்புறம் என்ன செய்யலாம்னு யோஜிக்கலாம்' என்றான் கேசவன்.

நாகரத்தினம் சிறிது நேரம் மௌனமாக இருந்துவிட்டுப் பிறகு சொன்னான்: 'சரி, 'அப்பாய்ன்ட்மென்ட் ஃபிக்ஸ்' பண்ணிண்டு போய் பாக்கறேன் . . .'

அன்று மாலையே அவனுக்கு 'அப்பாய்ன்ட்மென்ட்' கிடைத்துவிட்டது. 'இன்னிக்குச் சாயந்திரமே வரச் சொன்னார், நாளைக்கு மெட்ராஸ் போறாராம்,' என்று சொன்னான் நாகரத்தினம்.

அடுத்தநாள் நாகரத்தினம் பள்ளிக்கூடத்துக்கு வரவில்லை. கேசவனுக்கு ஆச்சர்யமாகவிருந்தது.

அதற்கு அடுத்த நாளும் அவன் வரவில்லை.

'ஆஃபீஸி'ல் விசாரித்தான். ஒரு வாரம் 'லீவ்' போட்டிருக்கிறான் என்று சொன்னார்கள்.

நாகரத்தினத்தினுடைய நெருங்கிய நண்பர்களிடம் விசாரித்தான்.

அவர்களுக்கும் தெரியவில்லை. லோதி காலனி அரசாங்க வீடுகள் ஒன்றில் 'சப்லீஸி'ல் குடியிருந்த அவன் அறை பூட்டியிருப்பதாகத் தகவல் சொன்னார்கள்.

திடீரென்று எங்கே போயிருப்பான்? எம்.பி வீட்டிலிருக்கும் தன் நண்பன் நடராஜனுக்கு 'ஃபோன்' செய்து விசாரிக்கலாமென்று பார்த்தபோது, நடராஜன் ஊரில் இல்லை என்று தெரிந்தது.

பள்ளி முதல்வரிடம் கேட்டபோதுதான் அவனுக்குத் தெரிந்தது, எம்.பி அவனைத் தம்முடன் சென்னைக்கு அழைத்துச் சென்றிருக்கிறாரென்று.

எதற்காக?

ஒரு வாரத்துக்குப் பிறகு அவனுக்கு விடை கிடைத்தது. நாகரத்தினமே அவனைப் பார்க்க அவன் அறைக்கு வந்தான்.

'எங்கே போயிட்டீங்க?' என்றான் கேசவன்.

'அது பெரிய கதை. சுவாரஸ்யமான கதை. எம்.பிக்கு என்னை ரொம்பப் பிடிச்சுப் போச்சு. அவரை அன்னிக்குப் பாக்கப் போனபோது ரொம்ப நேரம் பேசிண்டிருந்தேன். திடீர்னு, 'என்னுடைய செக்ரட்ரியா' இருக்கியா? பள்ளிக்கூட சம்பளத்தைக் காட்டிலும் மூணு மடங்கு தரேன் . . . தொழிற்சங்க அநுபவமும் உனக்கு ஏற்படும். மெட்ராஸ்லெ என்னோட 'ஆஃபீஸ்'லெ இருக்கணும். நான் டெல்லிக்கு வரபோது வரணும் . . . உனக்கு 'ஷார்ட் ஹான்ட், டைப்ரைடிங்' தெரியுமா?' என்றார்.

எனக்குத் தூக்கி வாரிப் போட்டது. மெட்ராஸ்லெ மூணு மடங்கு சம்பளம்னா, கொஞ்சம் 'அட்ராக்டிவா' இருந்தது. எனக்கு மூணு தங்கைகள். நான்தான் கல்யாணம் பண்ணிக் கொடுத்தாகணும். அவர் சொன்ன மாதிரி நானே பெரிய தொழிற்சங்கவாதியா ஆகலாம், எம்.பி. மந்திரி ஆகலாம். அவரோட இருந்தா எனக்கும் என் குடும்பத்துக்கும் நல்லதுன்னு பட்டது. அடுத்த நாளே அவரோட 'ஃப்ளைட்'லெ மெட்ராஸ் போனேன். 'ஃப்ஸ்ட் டைம் ஏர் ட்ராவல்'. சுகமா இருந்தது. இந்த பி.ஜி. டீச்சர் 'க்ரேட்' . . . இந்தப் புண்ணாக்கெல்லாம் எதுக்கு? என்ன சொல்றீங்க?' என்றான் நாகரத்தினம்.

கேசவனுக்கு என்ன சொல்வதென்று தெரியவில்லை. எம்.பி.க்கு இப்படி ஒரு யோஜனை இருந்திருந்தால் தன்னிடமே இதைப் பற்றிச் சொல்லியிருக்கலாமே என்று அவனுக்குப் பட்டது. நாகரத்தினம் சொல்வது போல், அவனைப் பார்த்த பிறகு அந்த யோஜனை வந்திருக்கலாம்.

தன்னைப் பார்த்தபோது அவருக்கு இந்த யோஜனை தோன்றவில்லை? 'செக்ரட்ரி' என்றால், கொஞ்சம் இணக்கமாக இருக்க வேண்டும். வளைந்து கொடுக்கத் தெரிந்திருக்க வேண்டும். தன்னிடம் இவற்றையெல்லாம் எதிர்பார்க்க முடியாதென்று அவருக்குத் தோன்றியிருக்கும்.

நாகரத்தினம் இப்படிச் செய்திருப்பது அவனுக்குச் சற்று ஏமாற்றமாக இருந்தது.

யாரையும் இலட்சியப்படுத்திப் பார்க்கும் தன் பலஹீனத்துக்கு நாகரத்தினமா பொறுப்பு?

முதலில் அவன் தன்னைத் தானே கேட்டுக்கொண்டான், அவனால் யாரிடமாவது அவருடைய செயலாளராக இருந்திருக்க முடியுமா? அவனுக்கு சுருக்கெழுத்து பயிற்சியுமில்லை, 'டைப்' அடிக்கவும் தெரியாது. இவை செயலாளராக இருப்பதற்குக் குறைந்தபட்ச தேவைகள்.

டெல்லியில் காலனி ஆட்சி இருந்தபோது, முப்பது களிலும் நாற்பதுகளிலும் 'ஸ்டெனோ'வாக வந்தவர்கள்தாம், இப்பொழுது ஆங்கிலேய அதிகாரிகள் போன பிறகு, 'அண்டர் செகரட்ரி' யாகவும், 'டெபுட்டி செகரட்ரி'யாகவும் அரசாங்கத்தில் வேலை செய்கிறார்கள்.

'டைப்' அடித்தலையும், சுருக்கெழுத்துப் பயிற்சியையும் அவன் அடிமனம் ஆரம்பத்திலிருந்தே, அடிமைத்தனத்தின்

சின்னமாகப் பார்த்தது. அதனால், அவன் அவற்றைக் கற்றுக் கொள்ள முயலவே இல்லை.

‘உங்களுக்கு நான் செஞ்சது அதிர்ச்சியா இருக்கா? ஆமாம், அப்பொ சொன்னேன், அரசியல்வாதியை நம்பலாமான்னு, ஆனா இவரைப் பாத்தா ஒரு வித்தியாசமான அரசியல்வாதியா படறது, ‘வெல்-ரெட்’, ரொம்ப ‘டீஸன்டா’ நடத்தறார்... வேறென்ன வேணும்?’ என்றான் நாகரத்தினம்.

‘எனக்கு ஒரு அதிர்ச்சியுமில்லே . . . எது வேணும்னு தேர்ந்தெடுக்கிறது உங்க உரிமை . . . ஒரு நாளைக்கு, நீங்களும், ‘மினிஸ்டரா’ வந்தீங்கன்னா, ‘அமைச்சர் நாகரத்தினம் என்னோட வேலை செய்தார்’னு நான் பெருமையா சொல்லிக்கலா மில்லையா?’ என்று சொல்லிவிட்டுப் புன்னகை செய்தான் கேசவன்.

‘கிண்டல் செய்யறீங்க, பரவாயில்லே . . .’

‘ரெஸிக்னேஷன்’ கொடுத்துட்டீங்களா? அது எப்படி நீங்க பள்ளிக்கூடத்துக்கு வராமலேயே . . .’

‘அவசியமேயில்லே . . . ‘பிரஸிடெண்ட்’ ‘செகரட்ரி’க்கு ‘ஃபோன்’ பண்ணி என்னை ‘ரிலீவ்’ பண்ணச் சொன்னார் . . . உடனே எல்லாம் ‘மளமள’ன்னு நடந்துடுத்து . . . நான் ‘ஸ்கூல்’லே உங்களைமட்டுந்தான் பாத்து சொல்லிக்கலாம்னுருந்தேன் . . . ‘ஐ டோன்ட் பாதர் அபௌட் அதெர்ஸ்’ என்றான் நாகரத்தினம்.

‘ஐ ஃபீல் ஹானர்ட்,’ என்றான் கேசவன்.

‘எனக்கு என்ன தோணறதுன்னா நீங்களும் இந்த ‘ஸ்கூல்’லே ரொம்ப நாள் இருக்க மாட்டீங்க . . . ‘பிரஸிடெண்ட்’ உங்களைப் பத்தி ரொம்ப உயர்வாகத்தான் என்கிட்டே பேசினார் . . .’

‘ஆனா, இந்த வேலையை எனக்கு அவர் ‘ஆஃபர்’ பண்ணலியே?’ என்றான் கேசவன் புன்னகையுடன்.

‘ஆஃபீஸ்’ வேலைக்கு நீங்க வருவீங்களான்னு யோஜிச்சிருக்கலாம் . . . சொல்லப் போனா இப்பொ ஆரம்பத்திலே வெறும் ‘ஸ்டெனொ’ வேலைதான் . . .’

இதைக் கேட்டதும் அவனுக்குச் சற்றுப் பெருமையாக இருந்தது. தன்னை அவர் ஓர் அறிவு ஜீவி ஸ்தானத்தில் வைத்திருக்க வேண்டுமென்று அவனுக்குப் பட்டது.

நாகரத்தினம் விடைபெற்றுக்கொண்டு போன பிறகு, அவன் முதலில் தங்கியிருந்த ‘மெட்ராஸ் ஹோட்டல்’ அறை நண்பன் விசுவநாதன் அவனைப் பார்க்க வந்தான்.

கேசவன் அவனை எதிர்பார்க்கவில்லை. 'மெட்ராஸ் ஹோட்டலை' தினசரி வாடகை ஹோட்டலாக மாற்றிய பிறகு, விசுவநாதன் சரோஜினி நகரிலிருந்த தன் மாமா வீட்டுக்குப் போவதாகச் சொன்னான்.

'என்ன 'திடுதிப்'னு வந்திருக்கீங்க? எப்படி இருக்கீங்க?' என்றான் கேசவன்.

'நான் இப்பொ வேற வேலையிலே சேர்ந்திருக்கேன் . . .' பெட்டெர் டீல்' . . . நானும் இப்பொ கரோல்பாக்லேத்தான் இருக்கேன் ... 16A ப்ளாக். உங்க அட்ரெஸ் கிடைச்சுது, வந்தேன் ... நீங்க எப்படி இருக்கீங்க? 'ஸ்கூல்' பிடிச்சுருக்கா?'

'ஓ.கே. உட்காருங்க. சரோஜினி நகர் போறதா சொன்னீங்களே?'

'மாமா போயிட்டார். மாமாவுக்கு 'செகன்ட் வொய்ஃப் . . .' என்னைவிட மூணு வயசு மூத்தவ. மாமாவுக்குக் குழந்தைகள் கிடையாது . . . அங்கே இருக்கிறது நன்னா இருக்காதுன்னு வந்துட்டேன் . . . என்ன சொல்றீங்க?'

என்ன சொல்வதென்று கேசவனுக்குப் புரியவில்லை. பேசாமலிருந்தான்.

'சரி, கன்னாட் ப்ளேஸ் போய், ஒரு நல்ல ஹோட்டல்லே என் புது வேலையை 'ஸெலிப்ரேட்' பண்ணுவோம் வாங்க,' என்றான் விசுவநாதன்.

'இங்கேயே சாப்பிடுவோமே . . . கரோல் பாக்லேயும் நல்ல ஹோட்டல்லாம் இருக்கு . . .' என்றான் கேசவன்

'நோ. இங்கே நல்ல 'பார்' கிடையாது . . .'

'நான் குடிக்கறதில்லே . . .'

'மை காட்! உங்களுக்கு எத்தனை வயசாறது?'

'ஏன்?'

'இருபத்தஞ்சிருக்குமா?'

'வயசுக்கும் இதுக்கும் என்ன சம்பந்தம்?'

'இருபத்தஞ்சு வயசாகியும் நீங்க இதுவரை குடிக்காம இருக்கிறதுக்குக் காரணம், பயமா, கொள்கையா?'

'மெட்ராஸ்லே 'ப்ரொஹிபிஷன்'. நான் திருட்டுத்தனமா குடிக்க விரும்பலே, எனக்குக் குடிக்கணும்னும் தோணலே, அவ்வளவுதான்.'

'நீங்க பெரிய முற்போக்குவாதின்னு நினைச்சேன்... இத்தனை பத்தாம் பசலியா?'

'முற்போக்குவாதிக்கும் குடிக்கறதுக்கும் என்ன சம்பந்தம்? இது மிகவும் குழந்தைத்தனமான 'ஆர்க்யுமென்ட்'... நான் 'நான்வெஜிடேரியன்' சாப்பிடறதில்லே... நான் டபிள் பிற்போக்குவாதியா?'

'நோ... ஜஸ்ட் அது எப்படி இருக்குன்னு பாக்கணும்னு கூட உங்களுக்குத் தோணலியா? காந்தி கூட சின்ன வயசிலே பரிசோதனை பண்ணியிருக்கார்... கம் ஆன்... ஜஸ்ட் ட்ரை,' என்றான் விசுவநாதன்.

கேசவன் அண்ணாமலைப் பல்கலைக்கழகத்தில் படித்துக் கொண்டிருந்தபோது, அவன் நண்பர்களில் சிலர் பாண்டிச்சேரிக்குக் குடிக்கப் போவார்கள். அவர்கள் அவனையும் அழைத்தபோது, அவன் மறுத்துவிட்டான்.

காரணம், பயமா, கொள்கையா? அவனுக்குச் சொல்லத் தெரியவில்லை.

எப்படி இருக்கின்றது என்று பார்ப்பதில் என்ன தவறு இருக்கப் போகிறது? அவனுடைய அம்மாவின் அப்பா, ஒரு பெரிய 'இன்ஷ்யுரென்ஸ்' நிறுவனத்தில் வேலை பார்த்துவிட்டு ஓய்வு பெற்றவர். அவரை அப்பாவுக்குப் பிடிக்காது. காரணம், அவருக்குக் குடிப்பழக்கம் இருந்தது. அவரும் ஓய்வுக்குப் பிறகு கும்பகோணத்துக்கு வந்து விட்டார்.

கும்பகோணம் ரெயில்வே ஸ்டேஷனில் ஸ்பென்ஸர் 'பார்' இருந்தது. அவர் மாலையில் 'வாக்கிங்' போகும்போது சில சமயங்களில், அப்பா ஊரில் இல்லாத காலங்களில், அவனையும் அழைத்துக்கொண்டுபோவார். அவனுக்கு அப்பொழுது ஆறு, ஏழு வயசிருக்கும். அவர் ஸ்டேஷனில் கலர் கலராக ஏதோ குடிப்பார். அவனுக்கு 'ஐஸ் க்ரீம்'... பாட்டியிடம் இதைப் பற்றிச் சொல்லிவிடக் கூடாது என்பது அவருடைய கட்டளை. பாட்டி இதை எப்படியோ தெரிந்துகொண்டுவிடுவாள். 'தாத்தாவோட சாயங்காலம் எங்கேயானும் போனியானா காலை ஒடிச்சுடுவேன்,' என்பாள் பாட்டி.

கனவுகளைத் தொடர்ந்து

இது கேசவன் நினைவுக்கு வந்தது. ஆகவே இது ஒரு கெட்டப் பழக்கம் என்பது போன்ற ஓர் எண்ணம் அவன் அடி மனத்தில் வேரூன்றியிருந்தது.

சிகரெட் குடித்து அந்த அநுபவம் பிடிக்காமல் விட்டதுபோல், இதையும் எப்படி இருக்கின்றன ஏன் பார்க்கக் கூடாது எனதென்று அவனுக்குத் தோன்றிற்று.

'இன்னொரு 'ஃப்ரெண்டும்' வரார், ஆட்சேபணை இல்லையே?' என்றான் விசுவநாதன்.

'யார் அவர்?'

'ஃபார்மர் கலீக்'...'ரோஜா'ங்கிற பேரிலே கதை எழுதறவர்...'

குடிப் பரிசோதனையைக் காட்டிலும் எழுத்தாளரைச் சந்திக்க வேண்டுமென்ற ஆவல் அவனுக்கு ஏற்பட்டது.

12

'நிருலாஸ்' 'பார்' வசதியுடன் கூடிய ஒரு பெரிய 'ரெஸ்டரன்ட்'. கன்னாட் ப்லேஸில் இருந்தது. சாயங்கால மயக்கத்தை உருவாக்கும் ஒளி.

விசுவநாதனும் கேசவனும் உள்ளே நுழைந்ததும், அங்கே ஓரத்தில் உட்கார்ந்திருந்த ஒருவன், விசுவநாதனைப் பார்த்துக் கையை ஆட்டினான். அவன்தான் 'ரோஜா' என்கிற பேரில் எழுதும் எழுத்தாளனாக இருக்க வேண்டுமென்று கேசவனுக்குப் பட்டது. முப்பது வயதிருக்கலாம்.

விசுவநாதனும் கேசவனும் அவனருகே போய் உட்கார்ந்தார்கள்.

'இவர் டெல்லிக்குப் புதுசு. இருபத்தஞ்சு வயசாறது. இன்னும் குடிச்சுப் பாத்ததேயில்லையாம். 'மெட்ராஸி ஸ்கூல்'லே தமிழ் வாத்தியார். பேரு கேசவன். இவர், கொடக் கம்பனியிலே இருக்கார். 'ரோஜா'ங்கிற பேரிலே கதை எழுதறார். நான் படிச்சதில்லே. 'இன்ஃபாக்ட்' கதை படிக்கறதிலியே எனக்கு 'இன்டரெஸ்ட்' கிடையாது' என்றான் விசுவநாதன்.

'என் பேரு ராஜன். நான் 'பார்'லெ பாக்கிற முதல் தமிழ் வாத்தியார் நீங்கதான் ...' என்றான் அவன் சிரித்துக்கொண்டே.

'தமிழ் வாத்தியார்னா குடிக்க மாட்டாங்களா?. எனக்கு திருவாரூர் ஸ்கூல்லே ஒரு தமிழ் வாத்தியார் இருந்தார். தியாகராஜன்னு பேரு. 'அன்பு முதல்வன்'னு பேரை மாத்தி வச்சுண்டார். சுகமா கள் குடிச்சுட்டுத்தான் ஸ்கூலுக்கு வந்து எங்களுக்குத் தேவாரம், திருவாசகமெல்லாம் சொல்லிக் கொடுப்பார்,' என்றான் விசுவநாதன்.

'நீங்க தென்னை மரத்தடியிலே அவரைப் பார்த்திருக்கலாம், நான் சொல்லறது, 'பார்'லே

பாக்கிற முதல் தமிழ் வாத்தியார் இவர்தான்னு சொல்றேன்...' என்றான் ராஜன்.

கேசவனுக்குச் சங்கடமாக இருந்தது. எழுந்து போய்விடலாமா என்று தோன்றிற்று.

'சரி, என்ன குடிக்கறீங்க.? திஸ் ஈஸ் ஆன் மீ,' என்றான் விசுவநாதன்.

அப்பொழுது அவன் கவனம் 'ரெஸ்டரன்ட்' வாசல் பக்கம் சென்றது.

'லுக்! யார் வரார் பாருங்க...' என்றான் விசுவநாதன்

கேசவனும் ராஜனும் வாசலை நோக்கினார்கள்.

திருவாடுதுறை ராஜரத்தினமா? அவர் இங்கே எதற்கு வருகிறார் என்று கேசவனுக்குப் புரியவில்லை.

விசுவநாதன் அவசரம் அவசரமாக அவரை நோக்கிச் சென்றான்.

இருவரும் சிறிது நேரம் உரையாடினார்கள். ராஜரத்தினம், சிறிது நேரம் தயங்கிய பிறகு அவனோடு அவர்களை நோக்கி வந்தார்.

விசுவநாதன் அவர்களை அவருக்கு அறிமுகம் செய்து வைத்தான்.

'தம்பி, இதோ பாரு... என் பொஞ்சாதி எனக்கு ரெண்டு 'பெக்'குக்குத்தான் காசு கொடுத்திருக்கா... அதுக்கு மேலே நான் குடிக்கக் கூடாதுன்னு அவ கட்டளை...' என்று சிரித்துக் கொண்டே சொன்னார் அவர்.

'நீங்க என்னோட 'கெஸ்ட்'. உங்க விருப்பப்படி குடிங்க... செலவு என்னுடையது... உங்களுக்கு இந்தத் தடவை சங்கீத் நாடக அகெதமி அவார்ட் கிடைச்சிருக்கு இல்லே?' அதெ நான் கொண்டாடறேன், அவ்வளவுதான்...' என்றான் விசுவநாதன்.

'நேரே, ராஷ்டிரபதி பவன்லேந்துதான் வரேன். இதோ பாத்தீங்களா, சால்வை, பிரஸிடென்ட் போத்தியதுதான்... அவங்க கொடுத்த மத்ததெல்லாம், பொஞ்சாதி எடுத்துக்கிட்டு நாங்க தங்கியிருக்கிற இடத்துக்குப் போயிட்டா...' என்றார்.

'எங்கே தங்கியிருக்கீங்க?' என்றான் விசுவநாதன்.

'ஸௌத் இண்டியா போர்டிங் ஹவுஸ்... நாராயண அய்யர் தெரியுமில்லே? பெரிய சங்கீத ரஸிகர். எப்பொ டெல்லிக்கு வந்தாலும், அவர் ஹோட்டல்லேதான் தங்குவேன்...

மஹாராஜபுரமும் அங்கேதான் தங்கியிருக்காரு . . . இந்தத் தடவை எனக்கும் அவருக்கும்தான் 'அவார்ட்'

'அவரு குடிக்கமாட்டாரா ?' என்றான் விசுவநாதன்.

'அவரா ? இன்னிக்குக் குடிக்கலே, அவ்வளவுதான் ! அவரு . . . நாளை காலையிலே ஹரிதுவாரம் போகப் போறாரு . . . இன்னிக்குப் பத்தியம்' என்று கூறிவிட்டு உரக்கச் சிரித்தார் ராஜரத்தினம்.

'சரி, என்ன குடிக்கறீங்க ?' என்றான் விசுவநாதன்.

'விஸ்கிதான் . . .

'ஸ்காட்ச் ?'

'என்ன தம்பி, விலை அதிகமா இருக்கும், அதெல்லாம் வேண்டாம் . . .'

'விலையைப் பத்திக் கவலைப்படாதீங்க . . . நீங்க எங்க 'கெஸ்ட்' ஷீவாஸ் ரீகல்' சொல்றேன்.'

'எனக்கு விஸ்கி வேண்டாம் . . .' என்றான் கேசவன்

'இவரு இப்பொத்தான் முதல் முதலா குடிக்கப் போறாரு, அதனாலே பயப்படறாரு,' என்றான் விசுவநாதன் ராஜரத்தினத்திடம்.

'அரங்கேற்றமா ? வேண்டாம்னா குடிக்காதே தம்பி, ரொம்ப கெட்டப் பழக்கம். இதோ பாரு, என்னாலே விட முடியலே . . . டாக்டரு குடிக்கக் கூடாதுன்னுட்டாரு . . . பொஞ்சாதி திட்றா . . . நல்ல பிள்ளையா இரு தம்பி . . .'

'அப்பொ எனக்கு வேண்டாம் . . .' என்றான் கேசவன்.

'என்ன நீங்க, ராஜரத்தினம் பிள்ளைவாள் ! குடிச்சா எப்படி இருக்கும்னு பாக்கவந்திருக்காரு, குடிச்சுத்தான் பாக்கட்டுமே . . . காந்தியும் குடிச்சிருக்காரு, தெரியுமா ?' என்றான் விசுவநாதன்.

'இதோ பாரு, கள்ளுக் கடையிலே உட்கார்ந்துகிட்டு காந்தி பேரைச் சொல்லாதே, எனக்குக் கோபம் வரும் . . .'

"பீர்' குடிக்கலாமே நீங்க . . .' என்றான் ராஜன்

'அது சரி, நீ 'பீர்' குடி தம்பி . . .' என்றார் ராஜரத்தினம்.

வந்த பணியாளிடம் விசுவநாதன் சொன்னான், 'மூன்று 'ஷீவாஸ் ரீகல் லார்ஜ்', ஒரு 'பாட்டில் கோல்டன் ஈகல்.'

'என்னாலே முழு பாட்டில் குடிக்க முடியாது . . .' என்றான் கேசவன்.

‘மை டியர் ஃபெல்லோ, ‘பீர்’ பாட்டிலாத்தான் கொடுப்பாங்க, ‘பெக்’லே வாங்க முடியாது . . . சரியான தமிழ் வாத்தியாரா இருக்கீங்களே . . .’ என்றான் விசுவநாதன்.

‘தமிழ் வாத்தியார்னா இளப்பமா தம்பி?’ என்றார் ராஜரத்தினம் சற்றுக் கோபத்துடன்.

‘இளப்பமில்லே . . . இவர் நெஜமாகவே தமிழ் வாத்தியார், அதைத் தான் சொன்னேன் . . .’

ராஜரத்தினம் கேசவனை ‘நீ செய்வது சரியா ?’ என்று கேட்பது போல் ஒரு பார்வைப் பார்த்தார். அப்படிப் பார்த்ததாகத் தான் அர்த்தம் பண்ணிக்கொண்டிருக்கலாமென்றும் கேசவனுக்குத் தோன்றியது. அடிமனத்துக் குற்ற மனப்பான்மை இதற்குக் காரணமாக இருக்கக்கூடும்.

‘தம்பி ‘பீர்’ குடிக்கட்டும், அது போதும்,’ என்றார் ராஜரத்தினம்.

அப்பொழுது ‘ஃப்ளோர் மியூஸிக்’ இசைக்கத் தொடங்கியது.

ராஜரத்தினம் அந்தத் திசையை நோக்கினார்.

ஒரு பெண் பாடிக் கொண்டிருந்தாள். மெல்லிய இசை. வாத்தியங்கள் அடங்கி ஒலித்துக் கொண்டிருந்தன.

‘நல்லா இருக்குதா ?’ என்று கேட்டான் விசுவநாதன் ராஜரத்தினத்திடம்.

‘ஏன் நல்லா இல்லே ? நல்லாத்தான் இருக்குது, இது அவங்க பாட்டு. நீக்ரோ பொண்ணோட சாரீரத்தைப் பாத்தீங்களா ? ஹிந்துஸ்தானிகாரங்களுக்கும் நல்ல சாரீரம் . . . நம்மவங்களுக்குச் சரீரந்தான் இருக்கு, சில பேரைத் தவிர . . .’

‘யார் அந்தச் சில பேர் ?’ என்றான் ராஜன்.

ராஜரத்தினம் பதில் சொல்லவில்லை.

‘நீங்க கதை எழுதறீங்கன்னார் விசுவநாதன். எந்த எந்தப் பத்திரிகைகளிலே எழுதியிருக்கீங்க ?’ என்று கேட்டான் கேசவன் ராஜனிடம்.

‘நீங்க எழுத்தாளரா ? பலே, பலே ! வாத்தியார், எழுத்தாளர், படிச்சவங்க கம்பனிதான் எனக்கு இன்னிக்கு . . .’ என்றார் ராஜரத்தினம்.

‘நான் ஒரு கம்பனியிலே மானேஜரா இருக்கேன்,’ என்றான் விசுவநாதன். அவர் தன்னைக் குறிப்பிடவில்லையே என்ற ஆதங்கம் குரலில் தெரிந்தது.

'நான் 'ரோஜா' ங்கிற பேரிலே எழுதறேன். நாலஞ்சு கதை 'கல்கி'லே வந்திருக்கு, ரெண்டு, 'கலைமகள்'லே வந்திருக்கு. நீங்க தமிழ் பண்டிட்னா, நவீனக் கதைகள்லாம் படிக்க மாட்டீங்க இல்லையா?' என்றான் ராஜன்.

'அப்படியில்லே . . . எனக்குப் புதுமைப்பித்தன், கு.ப.ரா, தி. ஜானகிராமன், கதைகள்னா ரொம்பப் பிடிக்கும்.'

'நான் குடும்பக்கதைகள் எழுதறவன் . . .' என்றான் ராஜன்.

பணியாள் குடி வகைகளைக் கொண்டுவந்தான்.

'சீயர்ஸ்' என்றான் விசுவநாதன்.

'எனக்கு அதெல்லாம் சொல்லத்தெரியாது. நீங்க எல்லாரும் நல்லா இருக்கணும்,' என்று சொல்லிக்கொண்டே பருகினார் ராஜரத்தினம்.

விசுவநாதன் ஒரே மடக்கில் விஸ்கியைக் குடித்துத் தீர்த்தான்.

'தம்பி, சீமைச் சரக்கை ரஸிச்சு, துளித் துளியாத்தான் குடிக்கணும்பாங்க . . . நீ என்ன பட்டைச் சாராயத்தை அடிக்கற மாதிரி இப்படிக் குடிக்கறே? கொஞ்சம் கூட ரஸனையே இல்லியே?' என்றார் ராஜரத்தினம்.

'உங்களுக்கு இதெல்லாம் எப்படித் தெரியும்?'

'இந்தமாதிரிக்குடிக்கறபட்டணத்துப்பெரிய மனுஷங்களோட குடிச்சுதான். அவங்கள்லாம் என்னோட பரம ரஸிகர்கள்.'

'நான் ஒண்ணு கேக்கலாமா, உங்களை?' என்றான் கேசவன் ராஜரத்தினத்திடம்.

'சங்கீதத்தைப் பற்றியா? உனக்கு எவ்வளவு சங்கீதம் தெரியும்னு தெரிஞ்சப்புறந்தான் பதில் சொல்ல முடியும் . . .'

'சங்கீதத்தைப் பத்தி இல்லே . . . உங்களைப் பத்தி . . .'

'எத்தனை பொஞ்சாதின்னா?'

சர்வ சாதாரணமாக அவர் கேட்டது, கேசவனைத் திடுக்கிட வைத்தது.

'நோ . . . நோ . . . அது உங்க தனிப்பட்ட விஷயம் . . . மெட்ராஸ்லேந்து ஆடுதுறைக்குப் போறப்பெல்லாம், நீங்க 'போட்மெயிலை' சங்கிலியைப் பிடிச்சு இழுத்து, வண்டியை நிறுத்தி, கீழே இறங்கினப்புறம், அபராதம் கட்டுவீங்களாமே?'

கனவுகளைத் தொடர்ந்து

‘ஆமாம், அதிலே என்ன தப்பு? ஆடுதுறை பெரிய ஊரு இல்லையா? ஆதீனம் இருக்கு, என் சொந்த ஊரு, வேறென்ன வேணும்? ஏன் ‘போட்மெயிலை’ நிப்பாட்ட மாட்டேங்கிறான்?’

‘கரெக்ட்,’ என்று சொல்லிக்கொண்டே வரவழைத்திருந்த இன்னொரு ‘லார்ஜ் விஸ்கி’யைக் குடிக்க ஆரம்பித்தான் விசுவநாதன்.

‘எனக்குக் கொஞ்சம் சங்கீதம் தெரியும். நீங்க போனமாசம் பம்பாய் ஷண்முகானந்த சபாலே வாசிச்ச ‘தேனுகா’வைக் கேட்டு அப்படியே சொக்கிப் போயிட்டேன் . . .’ என்றான் ராஜன்.

‘அப்படியா? நாளைக்கும் இங்கே ஷண்முகானந்த சபையிலே வாசிக்கப் போறேன். . . வா. உனக்காக மறுபடியும் ‘தேனுகா’ வாசிக்கறேன் . . .’

‘ஆமாம், சங்கீத நாடக அகெடமி முதல் வருஷம், அய்யங்காருக்கு விருது கொடுத்தாங்க, சரி. அடுத்த வருஷம், மைஸூர் வாசுதேவாச்சாருக்குக் கொடுத்தாங்க, அதுவும் சரி, மூணாவது வருஷம் மஹாராஜபுரத்துக்குன்னா கொடுத் திருக்கணும், அவரோட சிஷ்யர் செம்மங்குடிக்குக் கொடுத்தாங்களே, இது சரியா?’ என்றான் ராஜன்.

‘இது நீ ‘கவர்மெண்டை’க் கேட்க வேண்டிய கேள்வி . . .’

‘செம்மங்குடியும் வாங்கிண்டது தப்பு . . .’

‘விசுவநாத அய்யர் வாங்கிண்டதும் தப்பு. திருவெண்காட்டா னுக்குக் கொடுத்துட்டு எனக்குக் கொடுத்திருந்தாங்கன்னா, நான் வாங்கிட்டிருக்க மாட்டேன் . . . விசுவநாத அய்யரு பாவம் பச்சைக் குழந்தை . . . இதெ பத்தியெல்லாம் கவலைப்படற ‘டைப்’ இல்லே. ராஜாங்கம் கொடுக்கறது, வாங்கிக்கிறேன்ம்பாரு . . .’

இன்னொரு சுற்று விஸ்கி வந்தது. விசுவநாதனுக்கு மூன்றாவது ‘லார்ஜ்’.

ராஜரத்தினம் அவனைப் பார்த்தார்.

‘தம்பி, இப்படித் தண்ணி குடிக்கிற மாதிரி ‘லபக்’ ‘லபக்’னு குடிக்கிறது விஸ்கியை அவமானப்படுத்தற மாதிரி இருக்குது . . . கொஞ்சம் மெதுவா, ரஸிச்சு குடிச்சுப் பாரேன்.’

‘நான் இப்படிக் குடிச்சுத்தான் பழக்கம் . . . என்னை எதுவும் ஒண்ணும் செய்யாது . . . ஒரு பாட்டிலைக் குடிச்சாலும் நிதானமா இருப்பேன் . . .’

‘சரி தம்பி, செங்கோட்டை தமிழ்நாட்டைச் சேர்ந்ததுதான்னு சொல்லிட்டாங்களாமே . . . கேரளாவுக்குக் கொடுக்கலியாம் . . . ரேடியோவிலே சொன்னாங்களாம் . . .’ என்று, திடீரென்று ராஜரத்தினம் தமிழ்நாட்டு, அரசியல் பேசியது கேசவனுக்கு ஆச்சர்யமாகவிருந்தது.

‘செங்கோட்டை பேரிலே உங்களுக்கு என்ன அவ்வளவு பெரிய காதல்?’ என்றான் ராஜன்.

‘கிட்டப்பா செங்கோட்டையைச் சேர்ந்தவரு . . . வேறென்ன வேணும்? அந்தக் காலத்திலே ஒலிபெருக்கி ராட்சசன் கிடையாது . . . கும்மோணத்திலே பாடினார்னா, ஆடுதுறையிலே கேட்கும் . . .’

அவர் சிறிது நேரம் கண்களை மூடிக்கொண்டார். கிட்டப்பாவின் இசையை ரஸிப்பது போல் பட்டது கேசவனுக்கு,

ராஜரத்தினத்துக்கு இசையைத் தவிர தேசிய விவகாரங் களிலும் ஈடுபாடு இருந்தது கேசவனுக்கு வியப்பளித்தது.

அவருடன் ஒரு மணி நேரம் உரையாடியது நேரம் போனதே தெரியவில்லை.

‘சரி, தம்பி, நான் புறப்படறேன் . . . பொஞ்சாதி கூட்டிக்கிட்டு வர ஆளை அனுப்பிச்சுடும், அதோ ராஜண்ணா வரானே, சொன்னேன் பாத்தீங்களா?’

வந்தவர் ‘செக்கச் செவேலென்றிருந்தார். நாற்பது வயதிருக்கும்.

‘அண்ணாச்சி புறப்படலாமா?’ என்றார் அவர்.

அதற்குள் ‘பில்’ வந்தது. ‘பாத்ரூம்’ போன விசுவநாதன் திரும்பி வந்தான்.

‘எத்தனை தம்பி ‘பில்’லு? என்றார் ராஜரத்தினம்

‘இது இவரோட விருந்து,’ என்று சொல்லி முடிப்பதற்குள், விசுவநாதன் கீழே சாய்ந்துவிட்டான்.

‘எல்லாம் ‘ஓவர்’ குடி . . . எட்டு பெக் அடிச்சிருப்பாரு . . . நாமத்தான் பேசிக்கிட்டிருந்தோம், அவரு பேசினாரா? குடிச்சுக்கிட்டேயிருந்தாரு . . . எத்தனை ‘பில்’?

‘பில்’ நானூற்றியிருபது ரூபாய்.! ராஜன் விசுவநாதனை எழுப்பப் பார்த்தான். அவன் எழுந்திருக்கவில்லை.

‘என்கிட்டே நூத்தம்பதுதான் இருக்கு . . . இவன் கூடடானேன்னு வந்தேன் . . .’ என்றான் ராஜன்.

‘என்கிட்டே நூறு ரூபாய் இருக்கு,’ என்றான் கேசவன்.

'தம்பி, என்கிட்டே நாப்பது ரூபாய் இருக்கு, ரெண்டு 'பெக்'குக்குத்தான் பணம் கொடுத்தா என் பொஞ்சாதி ... சரி, அவர் 'கோட்'லெ மணிபர்ஸ் இருக்குமில்லே அவர்தான் நம்மை விருந்துக்குக் கூப்பிட்டாரு ... பாக்கறதிலே தப்பு ஒண்ணுமில்லே ...' என்றார் ராஜரத்தினம்.

'கோட்'டில் 'பர்ஸ்' இருந்தது. ஆனால் அதில் இருந்த பணம், மூன்று ரூபாய், பத்தணா.

'படுபாவிப் பய, இந்தப் பணத்தை வச்சுக்கிட்டா நம்மை விருந்துக்குக் கூப்பிட்டிருக்கான்? அதுவும் சீமை விஸ்கி?' என்றார் ராஜரத்தினம்.

'நீங்க குடிச்சதுக்கு மட்டும் கொடுத்துட்டு கிளம்புங்க அண்ணாச்சி,' என்றார் ராஜண்ணா.

'நீ செத்த சும்மா இரு. இந்த ரெண்டு புள்ளைகளும் என்ன பண்ணும்? இந்த ஆளு இப்படி ஒரு ஏமாத்துக்கார பயலா இருப்பான்னு இவங்களுக்குத் தெரியுமா? தம்பி, மானேஜர்கிட்டே சொல்லுங்க, என்னைப் பத்தி ... இவரு அகில இந்திய நாதஸ்வரச் சக்கரவர்த்தி, பிரஸிடெண்ட் கிட்டே விருது வாங்கிக்கிட்டு உங்க ஹோட்டலுக்குத்தான் நேரே வந்திருக்காரு ... இதுவே உங்களுக்குப் பெரிய விளம்பரம்னு சொல்லிப் பாருங்க ... போ தம்பி, சொல்லு ...'

சிறிது நேரத் தயக்கத்துக்குப் பிறகு கேசவனும், ராஜனும் மானேஜரை நோக்கிச் சென்றார்கள்.

கேசவன் சொன்னான்: 'கொஞ்சம் பணம் குறைவாக இருக்கிறது. சால்வை போர்த்தியவர் இருக்கிறாரே, அவர் அபார சங்கீத மேதை. நாதஸ்வரம் வாசிப்பவர். அவர் ராஷ்டிரபதியிடம் சங்கீத நாடக அகெதமி விருது வாங்கியபிறகு, நேரே உங்கள் ஹோட்டலுக்கு வந்திருக்கிறார்.'

'இது உங்கள் ஹோட்டலுக்கு விளம்பரம்,' என்றான் ராஜன்.

மானேஜர் பஞ்சாபி. ஆறடி உயரம். அதற்குத் தகுந்த ஆகிருதியுடன் இருந்தான். முகத்தில் எந்த விதமான உணர்ச்சியும் தெரியவில்லை.

'நோ. எனக்கு விளம்பரம் தேவையில்லை ... 'பில்'லை 'செட்டில்' பண்ணுங்கள்,' என்றான் அவன்.

ராஜரத்தினம் அங்கே வந்துவிட்டார்.

'என்ன சொல்றான் தம்பி?..'

'பில்'லை 'செட்டில்' பண்ணச் சொல்றான்,' என்றான் ராஜன்

'ராஜண்ணா, போய் நாதஸ்வரத்தை எடுத்தா. தம்பி, அவன்கிட்டே சொல்லு, நான் ஒரு கச்சேரிக்கு ரெண்டாயிரம் ரூபா வாங்கிறேன் ... காசு வாங்கிக்காமே இப்பொ வாசிக்கறேன்னு சொல்லு . . . பாடறாங்களே அந்த அம்மாவை நகர்ந்து நிக்கச் சொல்லு ... சொல்லு தம்பி, சொல்லு ...' என்று உணர்ச்சியுடன் சொன்னார் ராஜரத்தினம்.

கேசவன் சொன்னான்: 'அதோ சாய்ந்துகிடக்கிறாரே, அவர்தான் எங்கள் இருவரையும், இரண்டு 'பெக்' மட்டும் குடிக்க வந்த இந்தப் பெரியவரையும் விருந்தளிப்பதாகச் சொல்லி ஏமாற்றியிருக்கிறான். என்னிடம் நூறு ரூபாய் இருக்கிறது. இவரிடம் நூத்தைம்பது ரூபாய் இருக்கிறது. மீதி பணத்தை நான் நிச்சயமாக, கரோல்பாக் போய், வீட்டிலிருந்து எடுத்து வந்து தருகிறேன் ... இவர் உண்மையிலேயே ஒரு பெரிய மேதை. எங்களால் இவருக்கு அவமானம் . . .'

மானேஜர் சிறிது நேரம் யோஜித்தான். பிறகு சொன்னான்: 'உங்கள் இரண்டு பேருடைய முகவரியையும் கொடுங்கள். நாளை காலையில் வந்து மீதிப் பணத்தைக் கொடுங்கள்.'

'தாங்க்ஸ் . . .' என்றான் கேசவன்.

'என்ன சொல்றான் தம்பி?' என்றார் ராஜரத்தினம்

'நீங்க யாருன்னு சொன்னவுடனே புரிஞ்சிண்டான் . . .' சரின்னுட்டான் . . .' என்றான் ராஜன்.

'எனக்குக் கொஞ்சம் 'இங்கலீஷ்' தெரியும் தம்பி . . . இவர் வீட்டுக்குப் போய்க் கொண்டாரேன்னாரு, நாளைக் காலையிலே கொண்டாங்கன்னான், அதானே?' என்றார் ராஜண்ணா . . .

'விசுவநாதனை என்ன செய்யறது?' என்றான் கேசவன்.

'தூக்கி வாசல்லே எறியச் சொல்லு, நாம வாங்க போவோம் ... தம்பி, நாளைக்கு நிச்சியம் கச்சேரிக்கு வாங்க, நீங்க ரெண்டு பேரும் என்னொட விருந்தாளிக . . . 'தேனுகா' ராகம் வாசிக்கறேன், தம்பி, உன் பேரு என்ன சொன்னே?'

'ராஜன் . . .'

ராஜரத்தினமும் ராஜண்ணாவும் புறப்பட்டுச் சென்றார்கள்.

13

கேசவனுக்கு அன்றிரவு தூக்கமே வரவில்லை. விசுவநாதன் அப்படிச் செய்வான் என்று எதிர்பார்க்கவில்லை. ராஜன் அவனிடம், 'நான் நாளைக்கு மீதிப் பணத்தை ஹோட்டல்காரனுக்குக் கொடுத்து, 'செட்டில்' பண்ணிக்கறேன் ... டோன்ட் வொர்ரி,' என்று கூறினான். கேசவன் எவ்வளவோ மறுத்தும் அவன் கேட்கவில்லை. தன் அறைக்கு அவனை அழைத்துக்கொண்டுபோய், நான்கு கதைகளைக் கொடுத்துப் படித்துவிட்டு அவன் அபிப்பிராயத்தை எழுதும்படி, தன் 'கார்டை'யும் கொடுத்தான்.

'நாம் மறுபடியும் பார்க்க மாட்டோமா, இன்னி சாயந்திரம் கச்சேரிக்குக் கூப்பிட்டாரே ராஜரத்தினம்?' என்றான் கேசவன்.

'அவர் மறந்துகூட போயிருக்கலாம். மறுபடியும் அவரைச் சங்கடத்துக்கு உள்ளாக்க வேண்டாம் ...'

ராஜரத்தினத்தின் கச்சேரியை அவன் கும்பகோணத்தில் கல்லூரியில் படிக்கும்போது கேட்டிருக்கிறான். ஒரு கல்யாணத்தில்.

அவனுடைய சிநேகிதன் ராமமூர்த்தியின் கல்யாணம். ராமமூர்த்தி, கும்பகோணத்தில் பிரஸித்திப் பெற்ற ஹோட்டல்காரர் பஞ்சாமி அய்யரின் பிள்ளை. பிள்ளை என்றால், பஞ்சாமி அய்யரின் இரண்டாவது மனைவியின் பிள்ளை. அவள் இசை வேளாளர் குலத்தைச் சார்ந்தவள். அவர் அந்தக் காலத்தில் புரட்சிகரமாகக் கல்யாணம் செய்துகொண்டார். மூத்த மனைவியின் குடும்பமும் இரண்டாவது மனைவியின் குடும்பமும் மிக ஒற்றுமையாக இருந்தன.

ராமமூர்த்தி வழுவூர் ராமையா பிள்ளையின் மகளைக் கல்யாணம் செய்துகொண்டான். ஆகவே

கல்யாணம் நடந்த ஐந்து நாட்களும், கச்சேரி என்றும், சதிர் என்றும் ஊரே அமர்க்களப் பட்டது.

ஐந்தாவது நாள் இரவு ஒன்பது மணிக்கு ராஜரத்தினத்தின் கச்சேரி. விடியக் காலை 5 மணிக்கு முடிந்தது. தோடி ராகத்தை மூன்று மணி நேரம் ஆலாபனை செய்தார்.

அந்த அநுபவத்தை இப்பொழுது நினைத்துப் பார்த்தாலும் அவனுக்கு மயிர்க்கூச்சலெடுக்கின்றது. அந்த மேதையுடன் அவனுக்கு நேற்றிரவு 'குடி' அரங்கேற்றம்! கடவுளே! அவர் எப்பொழுதாவது அவனைப் பற்றி நினைத்தாரானால், இதுவா அவர் ஞாபகத்தில் நிற்க வேண்டும்!

ராஜன் கச்சேரிக்கு வரப்போவதில்லை என்று சொல்லி விட்டான், கேசவனுக்குத் தனியாகப் போவதற்குத் தயக்கமாக இருந்தது.

வாசற் கதவு தட்டப்படும் சப்தம் கேட்டது. அவன் ஒரு மூன்று அறைகளுடன் இருந்த வீட்டில், ஓர் அறையைமட்டும் வாடகைக்கு எடுத்துக் குடியிருந்தான்.

மற்றைய இரண்டு அறைகளில் ஐம்பது வயது கொங்கணிப் பெண்மணி இருந்தார்... அவர் 'சோஷல் வெல்ஃபேர் போர்டில்' வேலையாக இருந்தார். வீடு அவருடையதுதான்.

'மெட்ராஸ் ஹோட்டல்' தினசரி வாடகைக்கு மட்டும் கொடுக்கத் தீர்மானமானதும், அவன் கொஞ்ச நாட்கள் கரோல்பாகில் ஒரு 'மெஸ்'ஸில் இருந்தான். நான்கு பேர்கள் ஓர் அறையில். இது அவனுக்குச் சரிப்பட்டு வரவில்லை.

அப்பொழுதுதான் 'ஹிந்துஸ்தான் டைம்ஸில்' இந்த விளம்பரம் வந்தது, அறை ஒன்று வாடகைக்கு விடுவதாக. அவன் போய்ப் பார்த்தான்.

ஆனந்திபாய் என்ற அந்தக் கொங்கணிப் பெண்மணி 'சென்ட்ரல் சோஷல் வெல்ஃபேர் போர்டில்' இன்ஸ்பெக்டராக இருந்தார். விவாகரத்தா, விதவையா என்று கேசவனுக்குத் தெரியவில்லை, ஆனால், ஒரு மகன் இருப்பதாக அவர் கூறினார். அவன் பம்பாயில் ஒரு கல்லூரியில் ஆங்கிலம் எம்.ஏ. படித்துக் கொண்டிருந்தான்.

ஆனந்திக்கு அவனைப் பிடித்துப் போய்விட்டது. ஐம்பது ரூபாய் வாடகை. காலையில் காப்பியும் உண்டு.

அவன் குடியிருந்த பகுதி வீட்டின் முதல் மாடியில் இருந்தது. முதல் மாடியில் இரண்டு மூன்று அறை வீடுகள். இன்னொன்றில் ஓர் இளம் மலையாளத் தம்பதியர் இருந்தனர்.

கனவுகளைத் தொடர்ந்து ❋ 105 ❋

இரண்டு பகுதிகளுக்கும் பொதுவான வாசற்கதவு. இளம் தம்பதியர் எப்பொழுதும் வீட்டிலேயே இருப்பதில்லை. எப்பொழுது வீடு திரும்புவார்கள் என்று தெரியாது. மூன்று வாசற் கதவுச் சாவிகள். குடி வந்த முதல் நாளே ஆனந்தி, அவனிடம் ஒரு சாவியைக் கொடுத்துவிட்டார்.

கேசவன் போய் வாசற்கதவைத் திறந்தான்.

விசுவநாதன்!

கேசவன் மனத்தில் லேசான ஒரு குற்ற உணர்வு தலைதூக்கியது. முதல் நாள் இரவு, விசுவநாதனை எப்படி அப்புறப்படுத்தியிருப்பார்கள் என்று நினைத்துப் பார்த்தால் மனதுக்குச் சற்று சங்கடமாக இருக்கிறது. அவனுக்கு அது வேண்டியதுதான் என்று நினைக்கவும் தோன்றுகிறது.

'என்ன வேணும்?' என்றான் கேசவன்.

'இப்பொதான் எனக்கு யார் உண்மையான சிநேகதர்கள்னு தெரியறது . . .' என்றான் விசுவநாதன்.

'மூணு ரூபா பத்தணாவை வச்சிண்டு எங்களை எப்படி விருந்துக்குக் கூப்பிட்டீங்க? எங்களுக்கு ரொம்ப அவமானமா இருந்தது . . . அதுவும் அவ்வளவு பெரிய ஒரு ஜீனியஸ்க்கு என்ன அவமானம்! 'ஐ டோன்ட் வான்ட் டு ஆர்க்யூ வித் யூ,' நீங்க போகலாம்,' என்றான் கேசவன்.

'உள்ளே கொஞ்சம் உட்கார்ந்து பேசலாமா?'

'நோ.'

அவன் சிறிது நேரம் மௌனமாக நின்றான்.

'சரி, எனக்கு நேரமாறது, ஸ்கூலுக்குக் கிளம்பணும்,' என்றான் கேசவன்.

'நான் சுபாவத்திலே கெட்டவன் இல்லே . . . நீங்கதான் பாத்திருப்பேளே, தியானம், பூஜையெல்லாம் பண்ணுவேன் . . . மாமிதான் என்னைக் கெடுத்தா . . . வேலையும் போச்சு . . . இப்பொ நடுத்தெருலே நிக்கறேன் . . .'

'புது வேலை, 'செலெப்ரேட்' பண்ணறதா சொன்னீங்களே . . .'

'அப்படிச் சொல்லி என்னையே நான் ஏமாத்திண்டிருக்கேன் . . . ஐ ஆம் அ குட் ஃபிர் நதிங் ஃபெல்லோ . . . அதுக்குத்தான் பெரியவாள்ளாம் சொல்லியிருக்கா, கெட்ட வழிக்குப் போகா தேன்னு.. பூஜை புனஸ்காரம் பண்ணி என்ன பிரயோஜனம் . . . நான் ரொம்ப கெட்டவன் . . . மன்னிச்சுடுங்க . . .'

'சரி . . . ஓகெ . . . நான் கிளம்பணும் . . .'

'ஒரு நூறு ரூபா இருந்தா தாங்க . . . திருப்பித்தர பாக்கறேன், முடியலேன்னா தர்மமா நினைச்சுக்கோங்க . . .'

'ஐம் ஸாரி . . . என்கிட்டே பணம் இல்லே . . . நீங்க போகலாம் . . .'

கேசவன் கதவைச் சாத்தப் போனான்.

ஆனந்தி திடீரென்று அங்கு வந்தார்.

'ஹூ ஈஸ் ஹி?' என்றார் அவர்.

'நான் கேசவன் நண்பன். எனக்கு அவசரமாக நூறு ரூபாய் தேவைப்படுகிறது. நண்பனாக இருந்தாலும் கொடுக்க மறுக்கிறார், மேடம் . . .'

ஆனந்தி கேசவனைப் பார்த்தார் . . . 'உன்னிடம் பணம் இல்லையா?' என்பதுபோல் ஒரு பார்வை பார்த்தார்.

நேற்றிவு நடந்த சம்பவங்களை ஆனந்தியிடம் சொல்ல அவன் தயங்கமாட்டான் என்று கேசவனுக்குத் தோன்றிற்று . . . சொன்னால், என்ன அவமானம்! விசுவநாதன் எதற்கும் துணிந்தவன் என்று அவனுக்குப் பட்டது.

'என்னால் ஐம்பதுதான் கொடுக்க முடியும். வாங்கிக் கொண்டு போ . . .' என்றான் கேசவன்.

'நான் ஐம்பது தரவா?' என்றார் ஆனந்தி.

'நோ . . . 'ப்ளீஸ் டோன்ட் பாதர்,' என்றான் விசுவநாதன் புன்னகையுடன்.

கேசவன் உள்ளே போய் ஐம்பது ரூபாயை எடுத்துக்கொண்டு வந்து விசுவநாதனிடம் கொடுத்தான்.

'நான் சமூக சேவை செய்துகொண்டிருக்கிறேன் . . . அதுவே முழு நேர வேலையாகிவிட்டது. ஒரு கம்பனியில் வேலை செய்து கொண்டிருந்தேன், வேலையை விட்டுவிட்டேன் . . . இப்பொழுது கொஞ்சம் சிரம் தசை . . .' என்று விசுவநாதன் ஆனந்தியிடம் சொன்னான்.

'சமூக சேவை என்றால்?' என்று கேட்டார் ஆனந்தி.

'பிர்லா மந்திருக்குப் பின்னாலிருக்கும் குடிசை வாழ் குழந்தைகளுக்கு இரவு பள்ளிக் கூடம், இருக்குமிடத்தை எப்படித் துப்புரவாக வைத்துக்கொள்வது இந்த மாதிரி . . .'

'க்ரேட்! நான் 'சென்ட்ரல் சோஷல் வெல்ஃபேர் போர்டில்' தான் வேலை செய்கிறேன், என்னை வந்து பாருங்கள் ...' என்றார் ஆனந்தி.

அவனைப் பற்றிப் பிறகு சொல்லிக்கொள்ளலாமென்று தோன்றிற்று கேசவனுக்கு . . .

'ஷ்யோர் மேடம், என் பெயர் விசுவநாதன் . . . தாங்க்ஸ், கேசவன் . . .' என்று சொல்லிக்கொண்டே விசுவநாதன் போய்விட்டான்.

அவன் போன பிறகு ஆனந்தி சொன்னாள்: 'நல்ல பையனாய்த் தெரிகிறது. வேலையை விட்டுவிட்டு, இப்படி ஏழைக் குழந்தைகளுக்காகத் தன்னை அர்ப்பணித்துக் கொண்டிருக்கிறானே!'

கேசவன் அவனைப் பற்றி ஒன்றும் கூற விரும்பவில்லை. பள்ளிக்கூடம் நேரமாகிவிடும்.

பிறகு நிதானமாகச் சொல்லிக்கொள்ளலாமென்று தோன்றிற்று.

'அவனைப் பற்றிஅப்புறம் சொல்லுகிறேன் . . . அவனைப் பற்றி அவ்வளவு சுலபமாகப் பேசிவிட முடியாது . . .' என்று சொல்லிக்கொண்டே கேசவன் தன் அறைக்குள் சென்றான்.

அவன் பள்ளிக்கூடம் சென்றதும், முதல்வர் கூப்பிடுவதாகச் செய்தி வந்தது.

எதற்காக இருக்கும்? நேற்று 'நிருலாஸ்' சம்பவம் அவருக்குத் தெரிந்திருக்குமோ? ஒருவேளை, விசுவநாதன் அவர் அறையில் இருப்பானோ?

கேசவன் முதல்வர் அறைக்குச் சென்றான்.

அங்கு கம்பீரமாகச் 'செக்கச் செவேல்' என்று ஒரு பெண்மணி உட்கார்ந்திருந்தார். வயது ஐம்பதுகளில் இருக்கலாம். முடி நேர்த்தியாக நரைத்திருந்தது. அவனைப் பார்த்ததும் புன்னகை செய்தார்.

கேசவன் அந்தப் பெண்மணி அருகில் உட்கார்ந்தான்.

இதம் தரும் நறுமணம்.

'கேசவன் . . . இவர் மிஸஸ் திருமூர்த்தி ஐ.ஸி.எஸ் . . .'

'ஐ ஆம் ஸாரி . . . நான் ஐ.ஸி. எஸ் இல்லே. என் ஹஸ்பென்ட் ஐ.ஸி.எஸ். என் பேர் ஜானகி,' என்று சிரித்துக்கொண்டே முதல்வரைத் திருத்தினார் மிஸஸ் திருமூர்த்தி.

முதல்வர் சங்கடத்தில் நெளிந்தார்.

'ஓ.கே நானே சொல்றேன் . . . எனக்குத் தெரிஞ்ச பொண்ணு ஒத்தி இருக்கா. கொங்கணிப் பொண்ணு. அவளுக்குத் தமிழ் சொல்லித் தரணும் . . . அவ 'டெல்லி ஸ்கூல் ஆஃப் எகனாமிக்ஸ்'லெ எம்.ஏ. படிக்கிறா . . . இங்கலீஷ்லே சொல்லித்தரணும் . . . ஆறு மாசத்திலே நன்னா தமிழ் பேச வரணும் . . .' என்றார் ஜானகி.

கேசவன் பேசாமலிருந்தான்.

'முடியுமா?' என்று அவனைப் பார்த்துக் கேட்டார் ஜானகி.

'என்ன முடியுமா, புரியலே . . . அந்தப் பொண்ணாலே முடியுமான்னு கேக்கறீங்களா?'

'அதுவுந்தான் . . . உங்களாலே முடியுமான்னு கேக்கறேன் . . .'

'என்ன சொல்றீங்க, புரியலே . . . நான் தமிழன், தாய்மொழி தமிழ், நான் ஆறு மாசத்திலே தமிழைக் கத்துண்டு பேச முடியுமான்னா. என்ன அர்த்தம்?'

'உங்களாலே தமிழ் பேச முடியுமான்னு அவர் கேக்கலே . . . கத்துத் தர முடியுமான்னு கேக்கறார் . . .' என்றார் முதல்வர்.

'நான் கேக்கறது அவருக்குப் புரியறது . . . பர்ஹாப்ஸ், ஹி வான்ட்ஸ் டு பி ஃபன்னி. . . அம் ஐ ரைட்?' என்றார் ஜானகி.

'நோ . . . உங்ககிட்டே நான் எதுக்காக 'ஃபன்னி'யா பேசணும்? நான் அந்தப் பொண்ணுக்குத் தமிழ் கத்துத் தரணும்னு நீங்க 'மீன்' பண்ணீங்கன்னா, ஐ ஆம் ஸாரி . . . நான் 'டியூஷன்' சொல்லித் தரதில்லே . . . 'ஆன் பிரின்ஸிபில்'.'

'என்ன 'பிரின்ஸிப்பில்'? தமிழ் தெரியாத ஒத்தர் ஆசையோட தமிழ் கத்துக்க வந்தா, தமிழ் சொல்லித் தரக் கூடாதா? பாரதியார்லாம் படிச்சிருப்பீங்க . . . 'தெருவெல்லாம் தமிழ் முழக்கம் செழிக்கச் செய்வீர்'னு சொல்லியிருக்காரே?'

'நீங்க பாரதியாரெல்லாம் மேற்கோள் எடுத்துக் காட்டறீங்க, நீங்களே அந்தப் பொண்ணுக்குச் சொல்லித் தரலாமே?'

'அது ஒரு நல்ல கேள்விதான், ஆனா அதுக்கு நான் பதில் சொல்லத் தயாரா இல்லே. . . நீங்க ஒரு 'ப்ரொஃபஷனல்', சொல்லித் தருவீங்களான்னுதான் கேக்க வந்தேன் . . . அண்ட், யூ ஸீம் டு பி ஆன் இன்டெரெஸ்டிங் பெர்ஸன் . . .'

‘இப்பொல்லாம், ‘ஆன் பிரின்சிபில்’னு சொன்னாலே, அப்படிச் சொல்றவங்கள்லாம் ‘இன்டெரெஸ்டிங் பெர்ஸன்’ ஆயிடறாங்க. எஸ் . . . யூ ஆர் ரைட் . . . நான் யார் வீட்டுக்கும் போய் சொல்லித்தரவும் விரும்பலே, ‘டியுஷன் ஃபீஸ்’ வாங்கிண்டும் சொல்லிக் கொடுக்க விரும்பலே . . . பள்ளிக்கூடத்திலே கொடுக்கற சம்பளம் எனக்குப் போறும் . . .’ என்றான் கேசவன்.

‘அந்தப் பொண்ணு ‘ஸ்கூலுக்கு’ வரத் தயாரா இருக்கா . . . எப்பொ வரச் சொல்றீங்களோ வருவா, இஸ் திஸ் ஓகே? ‘ஃபீஸ்’ வேண்டாம்னா? எனக்கு இதுதான் புரியலே. சொல்லிக் கொடுக்கறதுக்குப் பணம் வாங்கிக்கிறது என்ன தப்பு?’

‘ஸ்கூல் ரூல்ஸ்’ படி ‘ட்யூஷன்’ வச்சுக்கக் கூடாது . . . வேணும்னா, ‘ப்ரின்ஸிபல்’யே கேட்டுப் பாருங்க . . .’

‘கேசவன் . . . வழக்காடணும்னே வழக்காடாதீங்கோ . . . ‘ரூல்ஸ்’ அப்படியிருந்தாலும், யாரு ‘ட்யூஷன்’ வச்சுக்காம இருக்கா நம்ம பள்ளிக்கூடத்திலியே? ‘ட்யூஷன்’ பணத்திலியே ரெண்டு ‘ப்ளாட்’ வாங்கிட்டான், சௌத் எக்ஸ்டென்ஷன்லே. ராமச்சந்திரன் . . . எனக்கு ஒரு ஆட்சேபணையுமில்லே . . . ப்ளீஸ் டீச் தி கேர்ள் . . . நீங்க அனுப்புங்கோ, அந்தப் பொண்ணை . . . சொல்லிக் கொடுப்பார் . . .’ என்றார் முதல்வர்.

‘மணி இருக்காரே, அவர் சொல்லித் தரலாமே . . .’ என்றான் கேசவன்

‘குண்டு மணியா? ‘verb’க்கு ‘varb’ன்னு ஸ்பெல்லிங் போடறான், இங்கலீஷே தெரியாது . . . இங்கலீஷ்லே சொல்லித் தரணும்னா, அவனாலே எப்படி முடியும் . . ? நீங்க மேதாவி ரெண்டு பாஷையிலும். வேற பாஷை பேசற ஒரு பொண்ணுக்காகக் கேக்கறார் மேடம், மிஸ்டர் திருமூர்த்தி ஐ.ஸி,எஸ் யார் தெரியுமா? ஹோம் செகரட்ரி’, நீங்க முடியாதுன்னா உங்களை ஜெயில்லே போட அவராலே முடியும், அவ்வளவு ‘பவர்’ இருக்கு அவருக்கு . . .’ என்றார் முதல்வர்

‘ப்ளீஸ் . . . ஐ டோன்ட் லைக் தி வே யூ ஆர் டாக்கிங் . . . ஐ ரெஸ்பக்ட் மிஸ்டர் கேசவன்ஸ் வியூஸ் . . . அவர் சொல்லிக் கொடுத்தா நன்னா இருக்கும்னு சொல்றேன், அவ்வளவுதான் . . . ஐ லைக் ஹிம் . . . ஹி ஹாஸ் கன்விக்ஷன்ஸ் . . .’ என்றார் ஜானகி.

‘ஓ.கே. பணம் வாங்கிக்க மாட்டேன் . . . நான் எப்பொ வரச் சொல்றேனோ அப்பொ அந்தப் பொண்ணு வரத் தயாரா இருக்கணும் . . . ‘நோ கமிட்மென்ட்’ . . . வுட் திஸ் பி ஆல் ரைட்?’ என்றான் கேசவன்.

'ஓ.கே. நீங்க அந்தப் பொண்ணுகிட்டே பணம் வாங்கிக்க வேணாம், அவ வீட்டுக்கும் போக வேணாம்... என் வீட்டுக்கு வாங்களேன்... 'இன்ஃபார்மலா' மீட்' பண்ணுவோம்... நான் லோதி எஸ்டேட்லதான் இருக்கேன்... அந்தப் பொண்ணு என் வீட்டுக்கு வந்து கத்துக்கட்டும்... ஈஸ் திஸ் ஆல் ரைட்?' என்றார் ஜானகி.

கைப்பையைத் திறந்து அவனிடம் ஒரு 'கார்டை' நீட்டினாள்.

கேசவன் வாங்கிக் கொண்டான்...

14

அடுத்த நாள் ராஜாராமைப் பார்த்த போது, ஜானகி வந்துபோன செய்தியைக் கூறிவிட்டுச் சொன்னான்: 'அந்தக் கொங்கணிப் பெண்ணிடம் ஜானகிக்கு என்ன அக்கறை என்று எனக்குப் புரிய வில்லை.'

'பர்ஹாப்ஸ், அந்தப் பொண்ணோட அப்பா ஈஸ் ஆல்ஸொ 'எ பிக் கன் இன் தி கவர்ன்மெண்ட்,' என்றார் ராஜாராம்.

'அவ எதுக்காகத் தமிழ் கத்துக்கணும்?'

'அவ இப்பொ என்ன படிக்கிறாளாக்கும்?'

'தெரியாது.'

'அதெல்லாம் ஒண்ணும் கேக்காமெ சொல்லித்தர ஒப்புத்துண்டுட்டேளா? ஜாக்கிரதை, பின்னாலே தலையிலே கட்டிடப் போறா . . . திருமூர்த்தியோட 'பி ஏ.' வா இருக்கலாம். வம்பு பண்ணி ஏதானும் ஆகி, 'எஸ்கேப் கோட்' தேடிண்டிருக்கலாம்!'

'ப்ளீஸ். கற்பனைய ஓடவிடாதீங்க . . . மிஸஸ் ஜானகி ஸீம்ஸ் டு பி எ டீஸன்ட் வுமன்.'

ராஜாராமன் தன் வெற்றிலைப் பெட்டியை எடுத்து, நிதானமாக வெற்றிலை போட ஆரம்பித்தார். புகையிலையை ஒரு சிறு பந்தாகச் சுருட்டி இடது கன்னத்தில் அடக்கிக்கொண்டார்.

'ஒருவேளை அந்தப் பொண்ணு சரித்திர ஆராய்ச்சி மாணவியா இருக்கலாம், சௌத் இண்டியன் ஹிஸ்டரி . . . எந்தா வயசு?'

'நான் கேக்கலே . . .'

'சொல்லிக் கொடுக்கப் போறேளா இல்லியா?'

'லட் மீ ஸீ தி கேர்ள் . . .'

ராஜாராம் வீங்கிய வாயுடன் புன்னகை செய்தார்.

'நீங்க நினைக்கிற மாதிரி இல்லே . . . அவள் ஏன் கத்துக்க விரும்பறாங்கிறதுதான் எனக்கும் 'க்யூரியஸ்' ஸா இருக்கு . . .'

"க்யுரியாசிட்டி கில்ட் தி காட்(*Cat*)' அப்படின்னு இங்க்லீஷ்லெ ஒரு வசனம் உண்டு. . .' என்று சொல்லிவிட்டு வெற்றிலைப் புகையிலைச் சாற்றைத் துப்ப வெளியே போனார் ராஜாராம்.

'எப்படி வந்தது இந்த 'ப்ராவெர்ப்'? நீங்கதான், கெமிஸ்டிரி யோட இங்கலீஷ் எம்.ஏ. வேற பாஸ் பண்ணியிருக்கேளே?' என்றான் கேசவன் அவர் வெற்றிலையைத் துப்பிவிட்டு வந்ததும்.

'எப்படி வந்ததுன்னு நேக்குத் தெரியாது. 'உன் ஜோலியைப் பாத்திண்டுபோ, தெரியாத விஷயத்திலே மூக்கை நுழைக்காதே'ங்கிற இப்பொ இருக்கிற அர்த்தத்திலே முதல் முதல் ஓ. ஹென்றி 'யூஸ்' படுத்தினார்ங்கிறா. 'ரீடர்ஸ் டைஜெஸ்ட்'லே படிச்ச ஞாபகம். 'க்யூரியாசிட்டிக்'குத் தடை போட வேண்டாம் . . . என்னன்னு பாத்துட்டு முடிவு பண்ணுங்கோ . . . ஐ ஆம் ஆல்ஸொ க்யுரியஸ்' என்றார் ராஜாராம்.

இரண்டு நாட்கள் கழித்து, அவனுக்கு ஃபோன் வந்திருப்பதாக பள்ளிக்கூட அலுவலகத்தில் சொன்னார்கள். வகுப்பு முடிந்து அப்பொழுதுதான் ஆசிரியர் அறைக்குத் திரும்பிக் கொண்டிருந்தான்.

அலுவலகம் சென்று ஃபோனை எடுத்து, 'கேசவன்' என்றான்.

'குட்-ஆஃப்டர்நூன். என் பெயர் ஸூஷ்மா. மிஸஸ் ஜானகி என்னைப் பற்றி உங்களிடம் பேசியிருப்பதாகச் சொன்னார். நாம் இன்று மாலை சந்திக்கலாமா?'

இந்திய உச்சரிப்பு ஏதுமில்லாமல் சரளமாகப் பேசப்பட்ட ஆங்கிலம் – இந்திய 'பப்ளிக் ஸ்கூல்' ஆங்கில உச்சரிப்பு கூட இல்லை. சுயமான பிரிட்டிஷ் உச்சரிப்பு . . . பிரிட்டிஷ் ஆங்கிலப் படங்களில் அவன் கேட்கும் உச்சரிப்பு.

'சந்திக்கலாம். இன்றைக்கே வகுப்பைத் தொடங்க வேண்டுமா?' என்றான் கேசவன்.

'இல்லை. நாம் முதலில் சந்தித்துப் பிறகு தீர்மானிக்கலாம் . . .'

'எனக்குத் தகுதி உண்டா என்று அறிவதற்கா இந்தச் சந்திப்பு?'

'இல்லை. நான் உங்களுடன் பேசவேண்டும்.'

'எதைப் பற்றி?'

'சந்திக்கும்போது சொல்ல அநுமதிக்கின்றீர்களா?'

கேசவன் சில விநாடிகள் யோசித்தான். 'சரி. எங்கே சந்திப்பது? மிஸஸ் ஜானகி வீட்டிலா?' என்றான்.

'இல்லை. நீங்கள் கனாட் ப்ளேஸில் 'ரீகல் தியேட்டர்' மாடியிலிருக்கும் 'ஸ்டான்டர்ட் ரெஸ்டரான்(ட்)' டுக்கு ஆறு மணிக்கு வர இயலுமா?'

ஹோட்டலிலா? கேசவன் சற்று திடுக்கிட்டான். எதற்காக 'ரெஸ்டரன்ட்'டில் சந்திப்பு நிகழ வேண்டும்?

'இயலுமா?' ஸூஷ்மா மறுபடியும் கேட்டாள்.

'வொய் ரெஸ்டரான்ட்?'

'இது வகுப்புக்காக அல்ல. பேசுவதற்கு. இதுதான் எனக்கு சௌகர்யமாகப் படுகிறது. என்னுடன் ஒரு நண்பனும் வருவான்.'

விஷயம் சிக்கலாகிக் கொண்டு வருவதுபோல் கேசவனுக்குப் பட்டது.

'உங்களுக்குத் தமிழ் கற்றுக்கொள்ள வேண்டுமென்ற ஆவல் இருக்கிறதா?' என்று கேட்டான் கேசவன்.

'நிச்சியமாக. ஆனால் இதைப் பற்றிப் பேச வேண்டும் . . .'

'உன்னுடன் எதற்காக ஒரு நண்பன் வர வேண்டும்?' என்று கேட்கலாமாவென்று நினைத்தான்.

கேட்கவில்லை. அவள் தவறாகப் புரிந்துகொண்டால்?

'சரி, சந்திப்போம்,' என்றான் கேசவன்.

அவன் 'ரீகலை'ச் சென்றடைந்த போது, மணி ஆறேகால்.

ஒரு புதுப் படம் 'ரிலீஸ்' ஆகியிருந்தது போலிருக்கிறது. 'ரீகலி'ல் நல்ல கூட்டம்.

'ரெஸ்டரான்ட்', ஸூஷ்மா உச்சரிப்பில் சொல்லப் போனால், 'ரெஸ்டரான்(ட்) மாடியிலிருந்தது. சினிமா கொட்டகைப் பக்கத்தில் மாடியிருந்தது. கீழே 'கேக் ஷாப்'.

'ஜீன்ஸ்', காலர் வைத்த சட்டை அணிந்திருந்த ஓர் அழகானப் பெண், அவனை நோக்கி வந்தாள். 'கேசவன்?' என்று கேட்டுக் கொண்டே கைகளை நீட்டினாள்.

'எஸ். ஸூஷ்மா?'

'எஸ். நைஸ் யூ கேம்' என்று புன்னகை செய்தாள். கன்னங்கள் குழிவடைந்தன.

‘சீன்ஸ் காரைப் பார்க் செய்ய போயிருக்கிறான், வந்ததும் போகலாம்.’

‘சீன்ஸ்’ என்பது அவள் நண்பனுடைய பெயர் என்று அவன் புரிந்துகொண்டான். சீனனாக இருப்பானோ என்ற சந்தேகம் வந்தது.

இல்லை. இந்தியன்தான். குழந்தை முகத்துடன் வாட்ட சாட்டமாக இருந்தான். நல்ல உயரம். கண்களைப் பார்த்தால் தென்னிந்தியன்போல் தோன்றிற்று. இதென்ன, விசித்திரமான பெயர், ‘சீன்ஸ்’?

‘சீன்ஸ். கேசவன்?’ என்று அவன் கைகளை நீட்டினான்.

‘எஸ். நைஸ் ஸீயிங் யூ,’ என்றான் கேசவன்.

‘தமிழ்லியும் பேசலாம். என் பேர் சீனிவாசன்,’ என்றான் அவன்.

கேசவனுக்கு இன்னோர் அதிர்ச்சி. தமிழ் நண்பன் இருக்கும் போது இவள் ஏன் இன்னொருவரிடம் தமிழ் கற்றுக்கொள்ள வேண்டும்?

அவர்கள் மாடிக்குச் சென்று உட்கார்ந்தார்கள். மெல்லிய ஃப்ளோர் இசை. காதுக்கு இதமாக இருந்தது.

தனக்கு ‘எஸ்பரஸோ’ காப்பி மட்டும் போதும் என்றான் கேசவன்.

அவர்களும் தங்களுக்கும் அதையே ‘ஆர்டர்’ செய்தார்கள்.

‘டெல் மீ . . .’ என்றான் கேசவன். ஸூஷ்மாவிடம்

‘வாட்?’

‘நீங்கள்தான் என்னிடம் பேச விரும்பினீர்கள் . . . எதைப் பற்றி?’

‘சீன்ஸ் என் நண்பன் மட்டுமில்லை. இவனைத்தான் நான் கல்யாணம் செய்துகொள்ளப்போகிறேன். இவன் பாட்டியிடம் நான் தமிழில் பேச வேண்டுமென்பது என் வருங்கால மாமியாரின் கட்டளை. அதற்காக நான் தமிழ் கற்றுக்கொண்டாக வேண்டும் . . .’ என்றாள் ஸூஷ்மா சிரித்துக்கொண்டே.

‘இவரிடமே நீங்கள் கற்றுக் கொள்ளலாமே?’

‘என் வருங்கால மாமியாருக்கு இவன் தமிழ் அறிவில் அவ்வளவு நம்பிக்கை இல்லை.’

‘உங்களால் ஸூஷ்மாவுக்குத் தமிழ் கற்றுக் கொடுக்க முடியும் என்ற நம்பிக்கை இல்லையா?’ என்று கேட்டான் கேசவன்.

‘கல்யாணம் ஆகும்வரை நாங்கள்ஒருவரை ஒருவர் சந்திக்கக் கூடாது என்பது என் அம்மாவின் கட்டளை . . .’ என்றான் சீனிவாசன்

‘அதனால்தான் இந்த ஹோட்டல் சந்திப்பா?’ என்றான் கேசவன்.

இருவரும் சிரித்தார்கள்.

‘இது எனக்கு விசித்திரமான சவால். ஒரு தமிழ்ப் பையனைத் திருமணம் செய்துகொள்ளப்போகிற ஒரு கொங்கணிப் பெண், அந்தப் பையனின் பாட்டியிடம் தமிழில் பேச அவளுக்குக் கற்றுக் கொடுத்தாக வேண்டும், அப்படித்தானே?’

‘திருநெல்வேலியில் ஒரு கிராமத்தில் வசிக்கும் ஆங்கிலமோ ஹிந்தியோ அறவே தெரியாத வயதான பாட்டி,’ என்றான் சீன்ஸ்.

‘க்ரேட்! பியூட்டிஃபுல் ஸம்மிங் அப் . . .’ என்றாள் ஸூஷ்மா.

‘கல்யாணம் செய்துகொள்ள, வில்லை வளை, மீன் இயந்திரத்தின் மீது குறி வைத்து அடித்து, மீனைத் தடாகத்தில் விழச் செய் என்பன போன்ற சாகஸங்கள் செய்தாக வேண்டுமென்று நம் இதிகாசங்களில் படித்திருக்கிறேன். ஆனால் கிராமத்துப் பாட்டியோடு தமிழில் பேசவேண்டுமென்பது புதுமையாக இருக்கிறது . . .’ என்றான் கேசவன்.

‘நீங்கள் சொல்வனயெல்லாம் ஆண்கள் செய்து காட்ட வேண்டிய ஆண்மைத்தனமான வீர சாகஸங்கள். நான் பெண்தானே, மொழியைக் கற்றுக்கொண்டு பேசினால் போதும்... என் அம்மாவுக்குத் தெரியும், இந்தக் காலத்து ஆண்களிடம் அத்தகைய வீர சாகஸங்களைச் செய்து காட்டித்தான் என்னைத் திருமணம் செய்துகொள்ள வேண்டுமென்று சொன்னால், எனக்குக் கல்யாணமே ஆகாதென்று,’ என்றாள் ஸூஷ்மா. சிரித்துக்கொண்டே.

‘அப்படியானால் தமிழ் கற்றுக்கொள்ள முடியும் என்ற அவ்வளவு நம்பிக்கை உங்களுக்கு இருக்கிறதா?’ என்றான் கேசவன்.

‘இல்லை. இந்த முட்டாள் பையனைக் கல்யாணம் செய்துகொள்ள வேண்டுமென்பதற்காக, என் தன்மானத்தை இழக்க விரும்பவில்லை. அதைத்தான் நான் இவனிடம் சொன்னேன் . . . இவன் சொல்கிறான். ‘கற்றுக்கொள்வதுபோல் ஆறு மாதம் ஒரு நாடகம் நடத்து, பிறகு பார்க்கலாம்’ என்கிறான் . . .

இந்தக் காலத்து ஆண்களுக்கு தைர்யமே கிடையாது, அம்மாவை எதிர்த்துப் பேச . . .' என்றாள் ஸூஷ்மா.

'ஆறு மாதத்துக்குப் பிறகு என்ன ஆகும்?'

'வயதான பாட்டி மண்டையைப் போடலாம்.'

கேசவன் திடுக்கிட்டான். எவ்வளவு சுலபமாக இதை அவளால் சொல்ல முடிகிறது!

'உங்கள் நாடகத்தில் நானும் ஒரு கதாபாத்திரம், அப்படித்தானே?'

இருவரும் சிரித்தார்கள்.

'நீங்கள் மிஸஸ் ஜானகி வீட்டுக்கு வருவீர்கள், நான் அங்கு வந்து உங்களுக்குத் தமிழ் கற்றுக்கொடுக்கவேண்டுமென்று சொன்னார் மிஸஸ் ஜானகி. அப்படியானால், உங்கள் ஏற்பாட்டை ஆமோதிக்கும் கதாபாத்திரமா அவர் இந்நாடகத்தில்?'

'நீங்கள் மிஸஸ் ஜானகியின் வீட்டுக்கு வரவேண்டுமென்று அவசியமில்லை. நான் உங்கள் வீட்டுக்கு வந்து கற்றுக்கொள்ளப் போவதாகச் சொல்லப்போகிறேன்.'

'அப்படிச் சொல்லிவிட்டு?'

'நாங்கள் சந்தித்துக்கொண்டிருப்போம் . . . இவனுக்குத் தமிழைத் தவிர வேறு பல விஷயங்கள் கற்றுக்கொடுக்கத் தெரியும் . . .' என்றாள் ஸுஷ்மா.

'டோன்ட் பி நாட்டி' என்று செல்லமாகக் கடிந்துகொண்டான் சீன்ஸ்.

அப்பொழுது ஒரு மூன்று வயது குழந்தை ஸூஷ்மா அருகில் வந்து அவள் முகத்தை உற்றுப் பார்த்தது.

'ஹாய்! பேபி!' என்று சொல்லிக்கொண்டே காப்பியுடன் வந்த பிஸ்கட்டை அதனிடம் நீட்டினாள் ஸுஷ்மா.

அது திரும்பிப் பார்த்தது.

குழந்தை பார்த்த திசையில் உட்கார்ந்திருந்தவள் அதன் அம்மாவாக இருக்க வேண்டும்.

'கம் ஹியர்,' என்றாள் அவள்.

குழந்தை பிஸ்கட்டை வாங்கிக்கொள்ளாமலேயே ஓடிவிட்டது.

‘இப்படித்தான் நம் குழந்தைகளுக்கு மனத் தடைகளை உருவாக்குகிறோம் . . . சீன்ஸ் மனசில் எத்தனை மனத்தடைகள் தெரியுமா? அம்மா என்றால் அவ்வளவு பயம் . . . ‘எடிப்பஸ் ப்ராப்ளம்’ . . .’ என்றாள் ஸூஷ்மா.

‘நீங்கள் எப்படிச் சந்தித்தீர்கள்? சொல்ல விரும்பினால் சொல்லலாம் . . .’

ஸூஷ்மா புன்னகை செய்தாள். ‘மிஸஸ் ஜானகி சொன்னார். நீங்கள் வித்தியாசமான ஆசிரியரென்று. அவர் சொன்னது சரிதான் . . . அதனால்தான் உங்களை ‘ரெஸ்டரான்(ட்)டுக்கு அழைத்துப் பார்த்தேன் . . . நீங்களும் வந்து விட்டீர்கள்! எஸ் . . . நாங்கள் இருவருமே கேம்ப்ரிட்ஜில் சந்தித்தோம். அப்பொழுது நான் பார்த்த சீன்ஸ் வேறு, இப்பொழுது இங்கு இந்தியாவில், அம்மா வீட்டில் பார்க்கும் சீன்ஸ் வேறு.’

‘நான் அப்பொழுது இதைப் பற்றி மிஸஸ் ஜானகியிடம் பேசலாமா? அவர்கள் புரிந்துகொள்வார்கள் என்று நினைக்கின்றேன் . . .’ என்றான் கேசவன்.

இருவரும் உரக்கச் சிரித்தார்கள்.

கேசவனுக்குச் சற்று எரிச்சல் ஏற்பட்டது.

‘எதற்காகச் சிரிக்கிறீர்கள்?’ என்று கேட்டான் சிறிது கோபத்துடன்.

‘ஸாரி . . . மிஸஸ் ஜானகிதான் என் அம்மா,’ என்றான் சீன்ஸ்.

15

சீன்ஸ், ஜானகி தன்னுடைய அம்மா என்று சொன்னதும், கேசவன் சிறிது நேரம் பேசாமலிருந்தான். அவன் இதைக் கேட்டுத் திடுக்கிடவில்லை. காரணம், அவன் அடிமனத்தில் இந்த உண்மை நிழாலடிக் கொண்டிருக்கவேண்டுமென்று தோன்றிற்று.

ஸூஷ்மாவும் சீன்ஸும் கேம்ப்ரிட்ஜில் படித்தபோதே நண்பர்கள், நன்றாகப் பழகியிருக்க வேண்டும். அப்படியிருக்கும்போது, இப்பொழுது அவர்கள் ஒருவரை ஒருவர் பார்க்கக் கூடாது என்ற கட்டளை எதற்காக?

அப்பொழுது அவனுக்கு இன்னொன்று நினைவுக்கு வந்தது.

ஜானகி அவனிடம், ஸூஷ்மா, 'டெல்லி ஸ்கூல் ஆஃப் எகனாமிக்ஸில்' படித்துக்கொண்டிருப்பதாகச் சொன்னார். ஆனால் அவர்கள் கேம்ரிட்ஜில் சந்தித்ததாகக் கூறினார்கள். ஜானகி எதற்காகப் பொய் சொல்ல வேண்டும்?

ஸூஷ்மாவைக் கேட்கலாமா என்று தோன்றிற்று. கேட்கவில்லை.

கேசவன் எழுந்தான். 'நான் வருகிறேன்,' என்று சொல்லிக்கொண்டே புறப்பட்டான்.

அவன் கைகளைப் பற்றிக் கொண்டாள் ஸூஷ்மா. 'வாட் ஈஸ் திஸ்? திடீரென்று கிளம்புகிறீர்கள்? என்ன ஏற்பாடு?'

'ஒரு ஏற்பாடுமில்லை. இந்தப் பணக்காரர்களின் '*eccentric*' விளையாட்டுகளில் நான் ஒரு பகடைக்காயாக இருக்க விரும்பவில்லை. நீங்கள் சீன்ஸ் பாட்டியிடம், தமிழில் பேசுவீர்களோ அல்லது, கொங்கணியில் பேசுவீர்களோ அதைப் பற்றி எனக்கு அக்கறையுமில்லை.'

‘அப்படியே என் வருங்கால மாமியாரிடம் சொல்லவா?’

‘வொய் நாட்? காப்பிக்கு நன்றி.’

அவள் புன்னகையுடன் அவன் கைகளை இறுகப் பற்றிக் குலுக்கினாள்.

‘ஐ லைக் யூ . . . உண்மையிலேயே தமிழ் இலக்கியம் பற்றி உங்களிடம் கற்றுக்கொள்ள விரும்புகின்றேன் . . . எனக்கு இலக்கியத்திலே ஈடுபாடு உண்டு. நான் ஆங்கிலத்தில் சில கவிதைகள் எழுதியிருக்கிறேன். எல்லாம் காதல், மரணம் பற்றி . . .’

‘இரண்டும் ஒன்றுதான்,’ என்றான் கேசவன்

‘எவை இரண்டும் ஒன்றுதான்?’ என்றான் சீனஸ்.

‘உனக்குப் புரியாது . . .’ என்றாள் ஸூஷ்மா செல்லமாக அவனைச் சீண்டியவாறு.

கேசவன் ‘ரெஸ்டரான்டை’ விட்டு வெளியே வந்தான்.

ஜானகி திருமூர்த்தியிடம் இதைப் பற்றிப் பேசுவது வீண் வேலை என்று அவனுக்குப் பட்டது. தொலைபேசியில் அவர் ஏன் வரவில்லை என்று கேட்டால், நடந்ததைச் சொல்லலா மென்று தீர்மானித்தான்.

நாலைந்து நாட்கள் கழித்து, அவனைப் பள்ளி முதல்வர் கூப்பிட்டனுப்பினார்.

அவன் எதிர்பார்த்தபடியே ஜானகி உட்கார்ந்திருந்தார். ‘குட்மார்னிங் கேசவன்’ என்று சுலபமாகச் சிரித்துக்கொண்டே சொன்னார் ஜானகி.

‘குட்மார்னிங்.’

‘கேசவன், நீங்க இவரோட பேசிண்டிருங்க, எனக்குக் ‘கிளாஸ் இருக்கு,’ என்று சொல்லிக்கொண்டே எழுந்தார் முதல்வர்.

அவனுடன் தனிமையாகப் பேசவேண்டுமென்று ஜானகி அவரிடம் சொல்லி இருக்கலாமென்று கேசவனுக்குப் பட்டது.

அவர் போய்விட்டார்.

சில விநாடிகள் மௌனத்துக்குப் பின் ஜானகி சொன்னார்: ‘ஸூஷ்மா லைக்ஸ் யூ . . .’

கேசவன் பேசாமலிருந்தான்.

‘உங்களுக்கு இப்பொ எல்லாம் தெரிஞ்சுபோச்சு . . . எஸ். நான் செஞ்சது தப்புதான். உங்ககிட்டே எல்லாத்தியும் மறைக்காமெ சொல்லியிருக்கலாம். இதுக்கும் பணக்கார ‘*eccentricity*’க்கும் சம்பந்தமில்லே . . . இன் ஃபாக்ட், நான் அவங்களைக் கொஞ்ச நாளைக்கு ஒத்தரைஒத்தர் பாக்காமெ இருக்கணும்னு சொன்னதற்குக் காரணம், அப்படிப் பாக்காமெ இருந்தும் அவங்க ‘லவ்’ ஈடு கொடுக்குமான்னு பாக்கத்தான் . . .’

கேசவன் தொடர்ந்து மௌனம் சாதித்தான்.

‘ஆர் யூ நாட் கன்வின்ஸ்ட்?’ என்றார் ஜானகி.

‘நோ.’

ஜானகி சிரித்தார்.

‘நான் தமிழ்லெ எழுதிண்டிருக்கேன் . . . பிரசுரத்துக்குத்தான் ஒண்ணும் அனுப்பலே. எனக்கு ‘வொக்கபலரி’ இருக்கே தவிர, எனக்குத் தமிழ் இலக்கணம் அவ்வளவா தெரியாது. நான் பம்பாய்லே படிச்சவ. நான் எழுதினதைக் காமிக்கறேன், ‘இஸ் இட் எனி குட்’னு சொல்லமுடியுமா?’ என்று திடீரென்று பேச்சை மாற்றினார் ஜானகி.

‘உங்க வருங்கால மாட்டுப்பொண்ணு இங்கலீஷ்லே கவிதை எழுதறதா சொன்னாங்க, நீங்க தமிழ்லே எழுதறீங்க . . . இந்தப் பொருத்தமே போதுமே . . .’ என்றான் கேசவன் புன்னகையுடன்.

‘அப்படியா? அவ என்கிட்டே தான் கவிதை எழுதறதா சொல்லலியே? காதல் கவிதையா?’

‘காதல், மரணம்னு சொன்னாங்க. ரெண்டும் ஒண்ணுதான்னு நான் சொன்னேன்.’

ஜானகி சிறிது நேரம் மௌனமாக இருந்தார்.

பிறகு கேட்டார்: ‘ஃப்ராய்டா?’

கேசவன் இதை எதிர்பார்க்கவில்லை. ஜானகியைப் பார்த்து புருவங்களை உயர்த்தி நோக்கினான். முகத்தில் புன்னகையின் கீற்று.

சிறிது நேரம் மௌனம்.

‘ஒருநாளக்கு வீட்டுக்கு வாங்களேன் . . . நான் எழுதி யிருக்கிறதைப் படிக்கணும்னு வற்புறுத்தமாட்டேன் . . . உங்களுக்கு புஸ்தத்திலே ‘இன்டரெஸ்ட்’ இருந்தா, என் ‘லைப்ரரி’யும் பாக்கலாம், இங்கலீஷ், தமிழ் ரெண்டிலியும் இருக்கு . . . ஸம் ஃபிரன்ச்,’ என்றார் ஜானகி.

'ஃபிரன்ச்சா? உங்களுக்கு 'ஃபிரன்ச்' தெரியுமா?' என்றான் கேசவன்

'ஓரளவுக்கு . . . ஸூஷ்மா ஃபிரன்ச் நன்னா பேசுவா, படிச்சுமிருக்கா . . .'

' உங்க பிள்ளை?'

'அவனுக்கு 'பிஸினஸ்'ஸைத் தவிர வேறு எதிலியும் 'இன்ட்ரெஸ்ட்' கிடையாது . . .

அவனோட அப்பா மாதிரி. அவர் 'ஹோம்-செக்ரட்ரி'யா இருந்தாலும், 'தலால் ஸ்ட்ரீட்' தான் அவரோட 'ரிலிஜன்'. அத்தனை 'ப்ளூ சிப்ஸ்'லியும் அத்தனை 'இன்ட்ரெஸ்ட்'. சீன்ஸ்தான் எல்லாத்தியும் பாத்துக்கிறான் . . .'

'நீங்க ஸூஷ்மா 'டெல்லி ஸ்கூல் ஆஃப் எக்னாமிக்ஸ்'லெ படிக்கறான்னு சொன்னீங்க, ஆனா சீன்ஸும் அவளும் கேம்ப்ரிட்ஜ்லே சந்தித்ததா அவங்க சொன்னாங்களே . . .'

'ரெண்டும் சரி. இங்கே இப்பொ பி.எச்டி பண்றா . . . குறுக்கு விஜாரணையா?' என்று கேட்டுவிட்டுப் புன்னகை செய்தார் ஜானகி.

அப்பொழுது முதல்வர் அறைக்குள் நுழைந்தார்.

"டிஸ்கஷன்' முடிஞ்சாச்சா?' என்றார் முதல்வர்.

'எஸ். அவர் என் வீட்டுக்கு வரேன்னு சொல்லிட்டார். தாங்க் யூ மிஸ்டர் சூரியநாராயணன் . . . மிஸ்டர் கேசவன் ஈஸ் அ பிரிலியன்ட் டீச்சர் . . .' என்றார் ஜானகி.

'இல்லாமெ எப்படி இருக்க முடியும்? எங்க 'பிரஸிடெண்ட் செலெக்ட்' பண்ணி அனுப்பிச்சுருக்கார் . . . கொஞ்சம் 'அட்ஜஸ்ட்' பண்ணிண்டு போற சுபாவம் இருந்தா இன்னும் நன்னா இருக்கும். சரி, என் பிள்ளை விஷயமா சொன்னேனே, ஸார்கிட்டே சொன்னேளா?' என்றார் முதல்வர்.

'முழு 'டீடெய்ல்ஸ்' 'டைப்' பண்ணிக் கொடுங்கோ . . .'

'அன்னிக்கு ஆத்துக்கு வந்து கொடுத்தேனே?'

'ஐ ஆம் ஸாரி, கொடுத்தேளா? மறந்து போச்சு . . . என் பையன்கிட்டே சொல்லியிருக்கேன், அவன் கவனிச்சுப்பான் . . .'

'இன்னொரு காப்பி தரட்டுமா?' என்றார் முதல்வர்.

'வேண்டாம் . . . முன்னாலே நீங்க கொடுத்தது மறந்து போச்சு . . . இப்பொ ஞாபகம் வர்றது. என் பையன்கிட்டே கொடுத்துட்டேன் . . .' என்றார் ஜானகி.

'என் பிள்ளை இப்பொ சரியான வேலையிலே இல்லே . . . மிஸஸ் திருமூர்த்தி கடாட்சம்தான் இனிமே . . .' என்று கூறிவிட்டு பரிதாபமாகச் சிரித்தார் முதல்வர்.

'இங்கே வாத்தியாரா கூடவா வரமுடியாது?' என்றான் கேசவன்.

ஜானகி அவனைச் 'சடக்'கென்று திரும்பிப் பார்த்தாள். இக்கேள்வி அவளுக்கு ஆச்சர்யத்தைத் தந்திருக்க வேண்டும். ஆனால், அவன் கேள்வியின் தொனியை சூரியநாராயணன் புரிந்துகொண்டதாகத் தெரியவில்லை.

'அவனுக்குப் படிப்பு ஏறலே . . . மூணுதடவை முட்டி அடிச்சு பி.ஏ. பாஸ் பண்ணிட்டான். 'ஏதானும் 'கம்பனி'யிலே 'க்ளார்க்' வேலை கிடைச்சா கூட போறும்,' என்றார் முதல்வர்.

'சரி, நான் ஃபோன் பண்றேன் . . . வரட்டுமா? கேசவன், ஐ வில் கால் யூ . . .' என்று கூறிக்கொண்டே எழுந்து சென்றார் ஜானகி.

'உங்க பேரிலே என்ன மதிப்பு! யூ ஆர் லக்கி . . .' என்றார் முதல்வர்.

கேசவன் வகுப்புக்குச் சென்றபோது, வகுப்பு நிசப்தமாக இருந்தது அவனுக்கு ஆச்சர்யமாக இருந்தது. எப்பொழுதும் பேசிக்கொண்டிருக்கும் பெண்கள்கூட வாயைத் திறக்காமல், எதற்கோ மௌனம் சாதிப்பதுபோல் உட்கார்ந்திருந்தனர்.

அப்பொழுதுதான் அவனுக்கு ஞாபகம் வந்தது. தேர்வு விடைத்தாள்களை அவன் திருப்பித் தருவதாகச் சொல்லியிருந்தான்.

மதிப்பெண்கள் எப்படியிருக்குமோ என்ற 'ஸஸ்பென்ஸி'ல் அவர்கள் உட்கார்ந்திருக்கிறார்கள். ஆனால் சாதாரணமாக முகத்தில் புன்னகையின் சாயை இருக்கும். ஆனால், இப்பொழுது அதுவுமில்லை.

ஏதோ சோகம் காப்பதுபோல் தோன்றிற்று.

'ஐ ஆம் ஸாரி . . . பேப்பர் திருத்திவிட்டேன் . . . கொண்டு வர மறந்துட்டேன் . . . நீங்க சந்தோஷமாக இருக்கலாம்' என்று சிரித்துக்கொண்டே சொன்னான்.

அப்பொழுதும் எந்தவிதச் சலனுமுமில்லாமல் உட்கார்ந்திருந்தார்கள்.

'முதல் மார்க் உஷாவுக்கு . . . எங்கே உஷா,?' என்று சுற்று முற்றும் பார்த்தான்.

திடீரென்று இரண்டு மூன்று பெண்கள் அழத் தொடங்கி விட்டனர்.

கேசவனுக்கு ஒன்றும் புரியவில்லை.

'வாட் ஈஸ் தி ப்ராப்ளம்?'

'உஷா இன்னிக் காலம்பற சஃப்தர்ஜங் ஆஸ்பத்திரியிலே போயிட்டா, ஸார்,' என்றாள் சரோஜா.

'வாட்? தட் ஸ்ப்ரைட்லி கேர்ள்? நேத்திக்கூட கிளாஸுக்கு வந்தா . . . என்ன சொல்றே நீ?' என்றான் கேசவன்.

'அவளுக்கு நேத்து சாயங்காலம் சைகிள்ளே போறபோது, ஒரு கார் மோதி 'ஆக்ஸிடெண்ட்' . . . உடனே ஆஸ்பத்ரியிலே 'அட்மிட்' பண்ணியிருக்கா. ஆனா அவளுக்கு அப்புறம் 'அட்மிட்' ஆன ஒரு 'வி.ஐ.பி' க்கு ஒரு அவசர 'சர்ஜரி' பண்ணணும்னு, அவளுக்குப் பாதி ஆபரேஷன் பண்ணிண்டிருந்த டாக்டர் போயிட்டாராம் . . .' என்றாள் சரோஜா.

'உனக்கு யார் சொன்னாங்க அப்படின்னு?' என்று கேட்டான் கேசவன்.

'எங்கப்பா ஃப்ரெண்ட். அவர் 'ஹிந்துஸ்தான் டைம்ஸ்'லே 'ரிபோர்டர்'. அவர் இதைப் பத்தி எழுதப் போறாராம் . . .' என்றாள் சரோஜா.

'யார் அந்த 'வி.ஐ.பி' ?'

'யாரோ 'டெபுட்டி மினிஸ்டரா'ம்.'

கேசவன் சிறிது நேரம் மௌனமாக நின்றான்.

உஷா எவ்வளவு கெட்டிக்காரப் பெண், அவளுக்கா இப்படியொரு பரிதாபச் சாவு! அவள் வாங்கியிருக்கும் முதல் மதிப்பெண் அவளுக்கு இப்பொழுது எந்த விதத்தில் உதவப் போகிறது! வாழ்க்கை எவ்வளவு அபத்தமானது!

நேற்றுக்கூட எத்தனை கலகலப்பாய்ச் சிரித்தவாறு பேசிக்கொண்டு சந்தோஷமாக இருந்தாள்! இன்று அவள் இருக்கப் போவதில்லை என்று அவளுக்குத் தெரியுமா?

வள்ளுவருக்கும் இந்த மாதிரியான அநுபவம் ஏற்பட்டிருக்க வேண்டும் . . . அதனால்தான் 'நெருநல் உளன் இன்றில்லை' என்று பாடியிருக்கிறார்!

ஓர் இளம் குருத்து உயிருக்கு மன்றாடிக் கொண்டிருக்கும் போது, ஒரு கிழ வி.ஐ.பிக்கு வைத்தியம் பார்க்கப் போனாரே அந்த டாக்டருக்குக் குழந்தைகள் இல்லாமலியா இருக்கும்?

இந்த நாட்டில் யாருக்குச் சுதந்திரம் கிடைத்திருக்கிறது? அரசியல்வாதிகளுக்கு, அதிகாரம் உள்ளவர்களுக்கு, பாவம், ஒரு நடுத்தர வகுப்புப் பெண்ணின் உயிர் அப்படி மலினமாகவா போய்விட்டது?

அவன் வகுப்பை விட்டு அவசரம் அவசரமாக முதல்வர் அறைக்குச் சென்றான்.

முதல்வர் அறையில் இரண்டு நடுத்தர வயதுக்காரர்கள் உட்கார்ந்திருந்தனர். அரசாங்க உத்தியோகஸ்தர்கள்போல் தோன்றியது.

'உங்களிடம் பேச வேண்டும் . . .' என்றான் கேசவன் முதல்வரிடம்.

'எதைப் பற்றி?'

'என் வகுப்பில் உஷா என்ற ஒரு கெட்டிக்காரப் பெண் நேற்று ஒரு விபத்துக்குள்ளாகி, சஃப்தர்ஜங் ஆஸ்பத்திரியில் 'அட்மிட்' ஆகியிருந்தாள். டாக்டர் பாதி ஆபரேஷன் செய்துகொண்டிருந்தவர், அப்பொழுது 'அட்மிட்' ஆன ஒரு 'டெபுட்டி மினிஸ்டரை'க் கவனிக்கப் போய்விட்டார் . . . உஷா போய்விட்டாள்! இங்கே படித்த பெண் என்ற முறையில், நாம் நம் எதிர்ப்பை அரசாங்கத்துக்குத் தெரிவித்தாக வேண்டும் . . .' என்றான் கேசவன்

"ஆக்ஸிடென்ட்' பள்ளிக்கூடத்திலே நடக்கலே . . . வெளியிலே நடந்திருக்கு. இதுக்கும் பள்ளிக்கூடத்துக்கும் என்ன சம்பந்தம்?' என்றார் அங்கு உட்கார்ந்திருந்தவர்களில் ஒருவர். அப்பொழுதுதான் அவர் யாரென்று அவனுக்கு உறைத்தது. பள்ளிக்கூட நிர்வாகக் கமிட்டி அங்கத்தினர்!

'ஆமாம், அவர் சொல்ற மாதிரி. நமக்கும் . . . இந்த பிரச்னைக்கும் . . .' என்று முதல்வர் சொல்லி முடிப்பதற்குள் கேசவன் இடைமறித்தான்.

'டாக்டர்களுக்கு ஒரு 'ப்ரொஃபஷனல் எதிக்ஸ்'னு ஒண்ணும் கிடையாதா? பாதி ஆபரேஷன்லே, 'வி.ஐ.பி' க்காக அப்படி

ஓடுவாரா? சுதந்திர இந்தியாவிலே எல்லா உயிரும் சமந்தானே? ஒரு 'ப்ரிலியன்ட் கேர்ள்' டாக்டரோட அஜாக்ரதையினாலே செத்துப் போயிருக்கா. 'வி மஸ்ட் பொரொடஸ்ட்'...' என்றான் கேசவன்

'ஒரு புண்ணாக்கும் நடக்காது . . . என்னாலே முடிஞ்சது நாளைக்கு 'ப்ரேயர்லே' அஞ்சு நிமிஷம் அந்தப் பொண்ணுக்காக மௌன அஞ்சலி செலுத்தணும்னு சொல்லறதுதான் . . . கேசவன், நம்முடைய 'லிமிடேஷனை' நீங்க இன்னும் புரிஞ்சுக்கலேங்கிறதுதான் வருத்தமா இருக்கு...' என்றார் முதல்வர்.

16

பள்ளிக்கூடம் முடிந்ததும், 'லோதி எஸ்டேட்'டிலிருந்த ஜானகி திருமூர்த்தி வீட்டுக்குச் சென்றான் கேசவன்.

'ஃபோன்' செய்துவிட்டுப் போகவேண்டுமோ என்று ஒரு விநாடி யோஜித்தான்.

'ஃபோனில்' விஷயம் என்னவென்று விளக்கிச் சொல்லியாக வேண்டும். ஓர் அரசியல்வாதியின் உயிரின் விலை, ஓர் இளம் குருத்தின் உயிரைவிட விலை அதிகமா? அந்த டாக்டர் பட்டம் பெற்ற போது ஹிப்போக்ராடிக் சத்தியம் (Hippocratic Oath) எடுத்துக்கொண்டது வீண்தானா? உலகில் எந்த உயிருக்குத்தான் இன்னொரு உயிரைவிட விலை அதிகமாக இருக்க முடியும்?

ஜானகியின் கணவர் 'ஹோம் மினிஸ்ட்ரி'யில் செயலர். பெரிய பதவி. இதைப் பற்றிக் கணவனிடம் பேசும்படி ஜானகியிடம் சொல்லலாமா? இது அரசியல் சம்பந்தப்பட்ட விஷயம். துணை மந்திரியைக் கவனிக்க டாக்டர் ஓடியிருக்கிறார். பொதுவாகத் துணை மந்திரிகளைவிட செயலர்களுக்கு காபினெட் அமைச்சர்களிடம் செல்வாக்கு அதிகம்.

ஜானகி கணவனிடம் சொல்வாரா?

கேசவன் வாசல் மணியை அடித்ததும், மங்கோலியக் களையில் ஒரு பணியாள் வந்து கதவைத் திறந்தான்.

'மிஸஸ் ஜானகி திருமூர்த்தி இருக்கிறாரா?' என்று ஹிந்தியில் கேட்டான் கேசவன்.

'தாங்கள்?'

'என் பேர் கேசவன்.'

பணியாள் உள்ளே சென்றான்.

கனவுகளைத் தொடர்ந்து

அவன் திரும்பி வந்தான்.

'என்னுடன் வாருங்கள்,' என்று சொல்லிக்கொண்டே வீட்டின் பக்கவாட்டமாகப் பின்னாலிருந்த ஒரு வழிக்கு அழைத்துச் சென்றான்.

கேசவனுக்குப் புரியவில்லை. ஏன் வாசல் வழியாகப் போக முடியாது?

பின் வழியாகச் சென்றதும் கதவருகே ஜானகி நின்று கொண்டிருந்தார்.

'வாங்க கேசவன் ... என்ன இப்படி 'ஃபோன்' கூட பண்ணாமே திடுதிப்னு?' என்றார் ஜானகி.

'உள்ளே வரலாமா?'

'ப்ளீஸ்.'

ஜானகி அவனை ஓர் அறைக்கு அழைத்துச் சென்றார். அது அவருடைய அறையாயிருக்குமென்று அவனுக்குப் பட்டது. எளிய முறையில் நேர்த்தியான அளங்காரங்களுடன் இருந்தது.

புத்தக அலமாரிகள்.

ஹெப்பார், ஜதின்தாஸ் ஓவியங்கள்.

'என்னோட 'ஹஸ்பென்ட்' இன்னிக்கு 'ஆபீஸ்'லேந்து சீக்கிரம் வந்துட்டார். நாளைக்குக் காலம்பற முதல் 'ஃப்ளைட்'லே கல்கத்தா போறார்,' என்றார் ஜானகி.

'ஐ ஆம் ஸாரி ... நீங்க 'பிஸி'யா இருப்பீங்க, அப்பொ நான் வறேன் ...' என்று சொல்லிக்கொண்டே போவதற்குத் திரும்பினான் கேசவன்.

அப்பொழுது அறைக்கதவு லேசாகத் தட்டப்படும் சப்தம் கேட்டது.

கதவைத் தட்டிக்கொண்டே உள்ளே ஒருவர் நுழைந்தார்.

செக்கச்செவேலென்றிருந்த திருமேனி. ஆஜானுபாகுவாக இருந்தார் உள்ளே நுழைந்தவர் கையில் 'விஸ்கி' கிளாஸ்.

'ஐ அம் ஸாரி, யு ஹாவ் கம்பனி . . .' என்றார் அவர் மனைவியிடம்

'ஓ.கே. 'மை ஹஸ்பென்ட்' . . . 'மிஸ்டர் கேசவன்,' என்று அறிமுகம் செய்து வைத்தார் ஜானகி.

அவர் கைகுலுக்கிவிட்டு, 'யு கோ அஹெட்,' என்று சொல்லிக் கொண்டே கேசவன் தோளில் தட்டிவிட்டுத் திரும்பிப் போக முயன்றார்.

'சொல்லப் போனால், உங்களுடன் பேசுவதுதான் நல்லது என்று எனக்குத் தோன்றுகிறது ...' என்றான் கேசவன் அவரருகே சென்று.

'ஐ டோன்ட் கெட் யூ . . .' என்றார் அவர்

'அவரிடம் உங்களுக்கு என்ன வேணும்?' என்று சற்று வியப்படைந்த குரலில் கேட்டார் ஜானகி.

'ஒரு ஐந்து நிமிஷம் உங்களுடன் பேசலாமா?' என்றான் கேசவன்

திருமூர்த்தி மனைவியைப் பார்த்தார். 'யார் இந்த காரெக்டர், உன்னுடைய சிநேகிதன், திடீரென்று வந்து என்னுடன் பேச வேண்டுமென்கிறான்?' என்று கேட்பது போலிருந்தது அந்தப் பார்வை.

'எஸ்?' என்றார் திருமூர்த்தி.

கேசவன் உஷாவின் மரணத்தைப் பற்றிச் சுருக்கமாக எடுத்துக் கூறினான். அந்த டாக்டர் மீது நடவடிக்கை எடுத்தால்தான் இனிமேல் இந்த மாதிரியான சம்பவங்கள் மறுபடியும் நடப்பதைத் தவிர்க்க முடியும். என்று உணர்ச்சிகர மாகச் சொல்லி முடித்தான்.

'வேர் டு ஐ கம் ஹியர்?' என்றார் திருமூர்த்தி.

'நீங்கள் 'ஹோம் மினிஸ்ட்ரி'யில் செயலராக இருக்கிறீர்கள். செல்வாக்கான பதவி. 'ஹெல்த் மினிஸ்ட்ரி' செயலரோடு சம அந்தஸ்தில் உங்களால் பேச முடியும் . . .'

அவர் சிறிது நேரம் பேசமல் அவனையே பார்த்தார். 'அந்தப் பெண் உனக்கு உறவா?' என்று கேட்டார் சில விநாடிகளுக்குப் பிறகு.

'நோ ... அவளுடைய ஆசிரியன் நான். மிகவும் கெட்டிக்காரப் பெண். எனக்கு வேதனையாக இருக்கிறது . . .'

'திங்க்ஸ் ஆர் நாட் ஸோ சிம்பில், மை டியர் பாய்! அந்த மந்திரி பண்டிட்ஜிக்கு மிகவும் வேண்டியவர் . . . காஷ்மீரி. நான் ஒன்று சொல்லுகிறேன் கேள். இந்தமாதிரி, டான் க்விக்ஸாட் மாதிரி காற்றாடி யந்திரங்களுடன் போர் செய்வதை மறந்து விட்டு உன் வேலையைப் பார்த்துக்கொண்டு போ. சுதந்திர

இந்தியாவின் தாரக மந்திரம் அதுதான். அரசியல்வாதிகள் நாட்டை நாசமாக்குவதை யாராலும் தடுக்க முடியாது. டு யூ வான்ட் ஸ்காட்ச்?'

திருமூர்த்தி இப்படியொரு விசித்திரமான மனிதராக இருப்பாரென்று கேசவன் எதிர்பார்க்கவில்லை. ஐ.ஸி.எஸ். என்பதால், ஆங்கில ஆட்சி போய்விட்டதேயென்று கவலைப்படு கிறாரா? அவர் சொல்வது உண்மைதான். அரசியல்வாதிகள் சுதந்திரத்தின் பலன் தங்களுக்குத்தான் என்பது போல் நாட்டைச் சுரண்டுகிறார்கள். ஆனால் அதிகாரவர்க்கத்தின் ஒத்துழைப்புடன்தானே சுரண்டுகிறார்கள்? இவருக்கு மட்டும் ஏன் இந்த விரக்தி?

'ஏன் மௌனமாக நிற்கிறாய்? நீ குடிப்பதில்லையா?'

'இல்லை.'

'குட். காந்தீயம் காந்தியுடன் ராஜ்காட்டில் புதைக்கப்பட்டு விட்டது. குடித்து மகிழ்வதுதான் இன்றைய சுதந்திர தர்மம். நீ நியாயம், நீதி என்று எதிர்பார்ப்புகளுடன் இருப்பதால்தான், செத்துப்போன உன்னுடைய அந்த மாணவிக்காகப் போராட வேண்டுமென்று துடிக்கிறாய். ஒன்றும் நடக்காது. இந்த நாட்டில் தடி எடுத்தவன்தான் தண்டல்காரனாக ஆகப் போகிறான். சர்ச்சில் என்ன சொன்னான் தெரியுமா? 'ஓநாய்களிடமா ஆடுகளை நாம் ஒப்படைக்க வேண்டும்?' ஆர் யூ ஷ்யோர் யூ டோன்ட் வான்ட் எ ட்ரின்க்?'

ஜானகி அவரைப் போகும்படி சைகை செய்தாள். அதை அவர் பார்க்கவில்லை.

அவருக்கு ஏதோ ஒரு பலத்த பிரச்னை இருப்பதாக அவனுக்குப் பட்டது.

அவர் அறைக் கதவைத் திறந்துகொண்டு உள்ளே போனார்.

'ஐ ஆம் ஸாரி . . .' என்றார் ஜானகி.

'அவர் நாளைக்குக் கல்கத்தா போகப் போறதா சொன்னீங்களே?'

'பிறகு விளக்கமாகப் பேசலாம்.'

கேசவன் ஜானகி வீட்டைவிட்டு வெளியே வந்தான். திருமூர்த்திக்கு என்ன பிரச்னை இருக்க முடியும்? வேலை உள்துறையில், ஆனால் பங்குச் சந்தையில் எப்பொழுதும் விளையாடிக் கொண்டிருக்கிறார் என்று ஜானகி அன்று சொன்னபோதே அவனுக்குச் சற்று ஆச்சர்யமாக இருந்தது.

அவன் லோதி எஸ்டேட் பஸ் ஸ்டான்டில் போய் நின்றான். கரோல்பாக் போக நேர் பஸ் எதுவும் கிடையாது. கனாட் ப்ளேஸ் போய்த்தான் பஸ் மாறவேண்டும்.

பஸ்ஸில், கூட்ட நெரிசலில் மூச்சுவிடத் திணறியபோதுதான் அவனுக்கு அந்தக் கருத்து உதயமாகியது.

வகுப்பில் ஒரு பெண் 'ஹிந்துஸ்தான் டைம்ஸ்' 'ரிப்போர்டர்' இதைப் பற்றி எழுதப்போவதாகச் சொன்னாளே, அந்த 'ரிப்போர்டரை'ப் பார்க்கலாமா? பள்ளிக்கூடத்தில் முதல்வர் உள்பட யாருக்கும் இந்தப் பரிதாபச் சாவைப் பற்றி அக்கறை யில்லை என்று சொல்லியாக வேண்டும். நாட்டின் பாதுகாப்பைப் பற்றிக் கவலைப்படவேண்டிய உள்துறைச் செயலர்கூட விட்டேத்தியாகப் பேசுகிறார் என்பதும் பிரசுரமாக வேண்டும். அப்பொழுதுதான் பொதுமக்களிடையே, சாதாரண மனிதர்களின் இப்பொழுதைய நிலை பற்றி ஒரு விழிப்புணர்வு ஏற்படும். பத்திரிகைகள் ஒரு சக்தி வாய்ந்த சாதனம்.

கேசவன் கர்ஸன் ரோடில் இறங்கி, வீதியைத் தாண்டி, எதிர்த்தாற்போலிருந்த 'ஹிந்துஸ்தான் டைம்ஸ்' அலுவலகத்துக்குள் நுழைந்தான்.

வரவேற்பு 'லௌஞ்சி'ல் ஒரு நடுவயதுப் பெண் ஒரு ஹிந்திப் புத்தகத்தில் ஆழ்ந்திருந்தாள்.

அவனைப் பார்த்ததும், 'ஹாங்ஜி' என்று புருவத்தை உயர்த்தினாள்.

'நான் 'ரிப்போர்டர் செக்ஷனு'க்குப் போக வேண்டும்.'

'யாரைப் பார்க்க வேண்டும்?'

'ஒரு முக்கிய செய்தி பற்றிப் பேச வேண்டும்.'

அவள் சில விநாடிகள் அவனைப் பார்த்துவிட்டு, 'ஃபோனில்' யாருடனோ பேசினாள்.

'உள்ளே போய் ஸ்ரீநிவாசன் என்பவரைப் பாருங்கள். உள்ளே வலது பக்கம் மூன்றாம் அறை,' என்றாள் அந்தப் பெண். மறுபடியும் புத்தகத்தில் ஆழ்ந்துவிட்டாள். மிகச் சுவாரஸ்யமான குல்ஷன் நந்தாவாக இருக்க வேண்டும்.

ஸ்ரீநிவாசனுக்கு அகலமான நெற்றி. பருத்த சரீரம். அவனை உட்காரும்படி சைகை செய்தார். ஐம்பது வயதிருக்கலாம். 'ஃபோனி'ல் பேசிக்கொண்டிருந்தார்.

'என்ன முக்கியமான செய்தி?' என்றார். குரலுக்கும் சரீரத்துக்கும் சம்பந்தமில்லை.

உஷா விவகாரம் பற்றிப் பேசி பேசி அவனுக்கு அது மனப்பாடம் ஆகிவிட்டது.

சொன்னான்.

அவர் சிறிது நேரம் பேசாமலிருந்தார்.

'கிருஷ் இதைப் பற்றி எழுதப் போகிறான். நான் 'ஓகே' பண்ணிவிட்டேன். ஆனால் அது பற்றி மேலே நடவடிக்கை எடுக்க வேண்டியது உஷாவின் பெற்றோர்கள். 'கோர்ட்'டுக்குப் போகலாம். பத்திரிகையிலே வரப் போவதினால், 'பப்ளிக் சப்போர்ட்' இருக்கும். பள்ளிக்கூடத்தைப் பற்றி எதுவும் எழுத வேண்டிய அவசியமில்லை. நீங்கள் முதல்வர் இடத்தில் இருந்திருந்தால், இதைத்தான் செய்திருப்பீர்கள்,' என்றார் ஸ்ரீநிவாசன்.

'என்னைப் பற்றி உங்களுக்கு என்ன தெரியும்?'

'ஒன்றும் தெரியாது. எந்த மனிதனும் ஐம்பது வயதுக்கு மேல் இதயத்தால் முடிவெடுப்பதை நிறுத்திவிடுவான். நீங்கள் விதிவிலக்காக இருக்கக்கூடும். ஆனால், இன்னொரு விஷயம். உங்களுக்குத் தெரியுமோ தெரியாதோ?...' என்று சொல்லிவிட்டு நிறுத்தினார் ஸ்ரீநிவாசன்.

'என்ன?'

'உங்க 'ஹோம் செக்ரட்ரி'யைப் பற்றி நாளைக்குப் 'பேப்பர்'லே வரும் படிங்க. நீங்க அவரைப் பார்த்திருக்க வேண்டிய அவசியமேயில்லே...'

'என்ன சொல்லுகிறீர்கள்?'

'இதுதான் இப்பொ 'ஹாட் நியூஸ்'... ஒரு பள்ளிக்கூடப் பொண்ணு டாக்டரோட அஜாக்ரதையினாலே செத்துப் போனாங்கிறதைப் பத்தி யார் கவலைப் படப் போறா? உங்க தார்மீகக் கோபம் புரியறது...'

'என்ன 'ஹாட் நியூஸ்?'

'நாளைக்குப் 'பேப்பர்'லே படியுங்க... அப்பொத்தான் சுவாரஸ்யமா இருக்கும்,' என்று சொல்லிக்கொண்டே அவர் எழுந்தார்.

17

அடுத்த நாள், கேசவனுக்கு விடியற்காலை யிலேயே விழிப்பு வந்துவிட்டது. மணி ஐந்து.

அவனுடைய 'பேப்பர்காரர்' வயதானவர். ஏழு மணிக்குத்தான் 'பேப்பர்' போடுவார். திருமூர்த்தி விவகாரம் அவன் மனத்தைக் குடைந்துகொண்டே இருந்தது. அவரைப் பற்றி என்ன செய்தியாக இருக்கும்?

அவர் நேற்று விரக்தியுடன் பேசியது அவனுக்குச் சற்று ஆச்சர்யமாகத்தான் இருந்தது.

அவன் பல் விளக்கிவிட்டு, ஒரு 'ஸ்வெட்டரை'ப் போட்டுக்கொண்டு வெளியே கிளம்பினான்.

நாயர் மெஸ் திறந்திருக்கும். ஒரு காப்பி குடித்தால், குளிருக்கு இதமாக இருக்கும்.

மார்கழி மாதமாதலால், திருப்பாவை திருவெம்பாவை கோஷ்டி, கம்பளிச் சால்வை போர்த்திக்கொண்டு, பாசுரங்களைப் பாடிக் கொண்டு சென்றது.

நாயர் மெஸ்ஸில் அவன்தான் முதல் 'கஸ்டமர்'. நாயருடைய சமையல்காரர் அவனை ஆச்சர்யத்துடன் பார்த்தார் . . .

'எந்தா காலத்தே?' என்றார். அவர் புகைத்துக் கொண்டிருந்த பீடியை மறைத்துக் கொள்ள முயன்றது தெரிந்தது.

'காப்பி இருக்குல்லே?' என்று தமிழ்-மலையாள உச்சரிப்பில் கேசவன் கேட்டான்.

'உட்காருங்க வரும்.'

காப்பி அற்புதமாக இருந்தது.

அப்பொழுது, 'பேப்பர்க்கார'ப் பையன் ஒருவன் பத்திரிகை ஒன்றை விட்டெறிந்துவிட்டுப் போனான்.

கனவுகளைத் தொடர்ந்து

ஹிந்துஸ்தான் டைம்ஸ்.

கேசவன் அதை எடுத்துப் புரட்டினான்.

'உள்துறை செயலர் திருமூர்த்தி இடைக்கால வேலை நீக்கம். லஞ்ச ஊழல் குற்றச்சாட்டு' என்று கொட்டை எழுத்தில் பிரசுரமாகியிருந்தது. அதனுடன் அவருடைய புகைப்படமும் வந்திருந்தது.

கேசவன் செய்தி முழுவதையும் படித்தான்.

திருமூர்த்தி ஒரு சுவாரஸ்யமான மனிதராகத் தெரிந்தார். வேலையில் மிகவும் திறமையானவர். நிதித்துறை விஷயங்களில் விற்பன்னர். காலனிய ஆட்சிக்குப் பிறகு ஐந்தாண்டுகள் அவரது திறமை புதிதாய்ப் பதவியேற்ற காங்கிரஸ் அரசாங்கத்துக்குத் தேவையாக இருந்தது. ஆனால், அவருடைய சுதந்திரப் போக்கு பல அமைச்சர்களுக்குப் பிடிக்கவில்லை. சுதந்திரப் போக்கோடு மட்டுமல்லாமல், அவருடைய இயல்பான செருக்கும் பலருக்கு எரிச்சல் ஊட்டியது. முதலில் அவரைப் பலமாக ஆதரித்த பிரதமருக்கும் அவருடைய ஆணவம் கொஞ்சம் கொஞ்சமாகப் பிடிக்காமல் போயிற்று.

ஒரு அமெரிக்கத் தூதுவரக 'காக்டெயில்' விருந்தில், அவர் புதிய ஆட்சியாளர்களைக் கிண்டல் செய்து பேசியதாக வதந்திகள் பரவத் தொடங்கின. ஹிந்துக்கள் பெரும்பான்மையராக இருக்கும் ஹைதராபாத் இந்தியாவில் சேர்ந்திருக்கும்போது, முஸ்லீம்கள் பெரும்பான்மையராக இருக்கும் காஷ்மீரில் அவர்கள் விருப்பப்படி இருக்க இந்தியா அநுமதித்திருக்க வேண்டுமென்று, அவர் கூறியதாக அமெரிக்கப் பத்திரிகை ஒன்றில் ஒரு செய்தி வந்தது.

பிறகு, அவர் தாம் அவ்வாறு சொல்லவில்லை என்று மறுத்தார்.

அவரை அரசாங்கப் பலதுறைகளில் பந்தாடிவிட்டு, திடீரென்று அதிகார மையக் கேந்திரமான உள்துறை செயலராக நியமதித்தது பலருக்கு ஆச்சர்யத்தைத் தந்தது.

காரணம், காஷ்மீரில் அப்பொழுது ஒரு சிக்கலான பிரச்னை. தவறாக முடிவு எடுத்தால், வகுப்புவாதக் கலவரங்கள் ஏற்படக்கூடுமென்பதுபோல் தோன்றியது.

அரசாங்கம் அவரிடம் வைத்திருந்த நம்பிக்கை வீண் போகவில்லை. காஷ்மீரில் ஒரு மசூதியில் பல நூற்றாண்டுகளாக வைத்துப் பேணப்பட்ட ஒரு புனிதமான பொருள் திடீரென்று காணமல் போய்விட்டது!

திருமூர்த்தி அது கிடைத்துவிட்டதென்று அறிவித்தார். புனிதம் என்பதால் பகிரங்கமாக அது காண்பிக்கப்படாமல், தேர்ந்தெடுத்த மூன்று இஸ்லாம் மதப் பெரியவர்களுக்குக் காட்டப்பட்டது. அவர்களும் அதுதான் காணாமல் போன புனிதப் பொருள் என்று உறுதி செய்தனர். பிரச்னை தீர்ந்தது.

ஆனால், அவரது பிரச்னை தீரவில்லை. அவருக்கேற்பட்ட திடீர் நட்சத்திர அந்தஸ்து பலருக்குப் பிடிக்கவில்லை. அவர்கள் சரியான சமயத்தை எதிர்பார்த்துக் கொண்டிருந்தார்கள்.

சமயமும் வந்தது.

மற்றொரு அயல்நாட்டுத் தூதுவரக விருந்தில், வோட்கா மயக்கத்தில், பிரதமரைத் தனிப்பட்ட முறையில் விமர்சனம் செய்தார் திருமூர்த்தி என்று கூறப்பட்டது.

அதன் விளைவுதான், மூன்றாண்டுகளுக்கு முன் அவர் தொழில்துறை அமைச்சராக இருந்தபோது, அவருக்கு வேண்டிய ஒருவருக்கு லஞ்சம் வாங்கிக்கொண்டு, ‘லைஸென்ஸ்’ விஷயத்தில் உதவினார் என்ற குற்றச்சாட்டு.

‘ஹிந்துஸ்தான் டைம்ஸ்’ முழு விவரங்களையும் பிரசுரித்திருந்தது.

சுதந்திரத்துக்குப் பிறகு, ஐ.ஏ.எஸ். தேர்வுகள் வந்தவுடன், ஏற்கனவே பணியிலிருந்த இந்திய ஐ.ஸி.எஸ்காரர்கள், புதிதாக முளைத்த இந்த அதிகாரவர்க்க ஜாதியை தங்களுக்குச் சமமாக ஏற்றுக்கொள்ள தயங்கினார்கள். திருமூர்த்தி ஐ.ஸி.எஸ். ஜாதி. அவருக்கு ஏற்பட்ட பிரச்னைகளுக்கு இதுவும் ஒரு காரணமாக இருக்கக் கூடுமென்று பட்டது கேசவனுக்கு. ‘கலோனியல்-ஹாங்கோவரி’லிருந்து பல ஐ.ஸி.எஸ்காரர்களால் மீள முடியவில்லை.

உஷாவுக்கு இழைக்கப்பட்ட அநீதியைப் பற்றிச் செய்தி எதுவும் வரவில்லை. ஒரு வி.ஐ.பியின் வீழ்ச்சி, செய்தி, ஆனால், ஒரு பள்ளிக்கூட மாணவி மருத்துவ அநீதியினால் இறந்தாள் என்பதை எத்தனைபேர் படிக்கப் போகிறார்கள்?

பள்ளிக்கூடத்தில், ஆசிரியர் அறையிலும் திருமூர்த்தி பற்றித்தான் பேச்சு.

ஆரம்பப் பள்ளி ஆசிரியர் ராமசுப்ரமணியன் சொன்னார்: ‘பரதப் பய, ‘பீஃப்’ சாப்பிடுவான் . . . லஞ்சம் வாங்கினாங்கிறது ஆச்சர்யமேயில்லே . . .’

ஆர்யா ஹிந்தியில், ‘கியா, கியா?’ என்றார்.

ராமசுப்ரமணியன் தாம் சொன்னதை ஹிந்தியில் மொழிபெயர்த்துச் சொன்னார்.

'ரியலி? வெரி பாட் . . .' என்றார் ஷர்மா.

'பசு மாமிஸம் சாப்பிடுவதற்கும், லஞ்சம் வாங்குவதற்கும் என்ன சம்பந்தம்?' என்றான் கேசவன்.

'வழக்காடாதீர்கள், கேசவன் . . . அந்தந்த ஜாதிக்கு விதிக்கப்பட்ட சுயதர்மத்தை மீறியவர்கள், எதுவும் செய்வார்கள் . . .' என்று ஹிந்தியில் சொன்னார் ராமசுப்ரமணியன்.

'கரெக்ட் . . . நீங்கள் சொல்வதை நான் ஆமோதிக்கிறேன் . . .' என்றார் ஆர்யா.

'அப்படியானால், பசு மாமிஸம் சாப்பிடாதவர்கள் லஞ்சம் வாங்க மாட்டார்களா?' என்றான் கேசவன்.

'உங்களோடு வழக்காட முடியாது. நீங்கள் முற்போக்குவாதி. குதர்க்கமாகப் பேசுவதுதான் உங்கள் அடையாளம்,' என்றார் ராமசுப்ரமணியன்.

கேசவன் ஆசிரியர் அறையை விட்டு வெளியே சென்றான்.

நாலைந்து நாட்களுக்குப் பிறகு, வகுப்பறையில் இருந்த அவனிடம் வந்து முதல்வர் அழைப்பதாக வரதன் சொன்னான்.

கேசவன் முதல்வர் அறைக்குப் போனபோது, அவர் அறையில் இருவர் உட்கார்ந்திருந்தனர். அரசாங்க அலுவலர்கள்போல் தோன்றியது.

'இவர்தான் கேசவன்' என்றார் முதல்வர் அவர்களிடம்.

'உங்களுடன் நாங்கள் தனியாகப் பேச விரும்புகிறோம்,' என்றார் அவர்களில் ஒருவர். ஐம்பதுகளில் இருந்தார். தலையில் வெண்மை கூடியிருந்தது. முகத்தில் எந்தவித உணர்வுமில்லை. மற்றவன் இளைஞன். தமிழன் அல்லது கேரளத்துக்காரனாக இருக்கலாம். அடர்த்தியான 'கருகரு'வென்று முடி. முகத்தில் புன்னகை.

'நான் வெளியே போகிறேன், நீங்கள் பேசலாம்' என்றார் முதல்வர்.

அவர் வெளியே போய்விட்டார்

'நாங்கள் 'இன்டெலிஜென்ஸ் பீரோ'விலிருந்து வருகிறோம். என் பெயர் சாவ்லா. இவர் ஹரிஹரன்' என்று சொல்லிக் கொண்டே தம் அடையாள அட்டைகளை எடுத்துக் காண்பித்தார் சாவ்லா . . .

‘நீங்கள்தான் கேசவன், இல்லையா?’ என்றார் சாவ்லா தொடர்ந்து.

‘அப்படித்தான் முதல்வர் சொன்னாரென்று நினைக்கிறேன் ...’

ஹரிஹரன் புன்னகை செய்தான். சாவ்லா முகத்தில் எந்தவிதச் சலனமும் இல்லை.

‘என்னை எதற்காகப் பார்க்க வந்திருக்கிறீர்கள்?’ என்றான் கேசவன்.

‘நீங்கள் நான்கு நாட்கள் முன்பு மிஸ்டர் திருமூர்த்தியைப் பார்க்கப் போயிருந்தீர்களா?’

‘இல்லை.’

‘நீங்கள் போனதாக எங்களுக்குத் தகவல்’

‘மிஸ்டர் திருமூர்த்தியைப் பார்க்கப் போகவில்லை. அவர் மனைவியைப் பார்க்கப் போனேன். அவர் என்னுடைய நண்பர்.’

சாவ்லா ஹரிஹரனைப் பார்த்தார். அவன் புன்னகை செய்தான்.

‘எங்கள் இருவருக்கும் எந்தத் தப்பான உறவும் இல்லை,’ என்றான் கேசவன்.

‘வாட் ஆர் யூ டாக்கிங்?’ என்று கோபத்தில் வெடித்தார் சாவ்லா. நடுத்ததர வகுப்பு அறச் சீற்றம்.

‘நான் ‘நண்பர்’ என்றதும், நீங்கள் இவரைப் பார்க்கிறீர்கள், இவர் புன்னகை செய்கிறார், நான் எப்படி அர்த்தம் கொள்வது?’

‘நீங்கள் ஒரு பள்ளிக்கூடத்தில் ஆசிரியர். அந்த அம்மா ஐ.ஸி.எஸ். வர்க்கம். நண்பர் என்றதும் சற்று வேடிக்கையாக இருந்தது.’

‘எங்கள் இருவருக்கும் இலக்கியத்திலே ஈடுபாடு. ‘காமன் இன்டெரெஸ்ட்’.’

மறுபடியும் சாவ்லா ஹரிஹரனைப் பார்த்தார்.

அவன் புன்னகை செய்தான். அவர் முகம் எந்தவிதமான உணர்வையும் காட்டமுடியாதென்ற குறைபாட்டினால், புன்னகை செய்வதற்கென்றே அவனை அவர் அழைத்து வந்திருக்க வேண்டுமென்று கேசவனுக்குத் தோன்றிற்று.

‘ஏன், இலக்கியத்தில் ஈடுபாடென்பது இந்தியன் பீனல் கோட்டின்படி குற்றமா?’ என்று கேட்டான் கேசவன்.

'திருமூர்த்தி எங்கே போயிருக்கின்றார் என்று உங்களுக்குத் தெரியுமா?' என்றார் சாவ்லா திடுதிப்பென்று.

'தெரியாது.'

'நீங்கள் போன அன்று அவரை நீங்கள் பார்க்கவில்லையா?'

'முதல் தடவையாகப் பார்த்தேன். அவர் மனைவி அறிமுகம் செய்து வைத்தார் ...'

'அவர் மனைவிக்கும் அவர் எங்கே இருக்கிறாரென்பது தெரியாது என்கிறார். இது சாத்தியமா?'

'இது அவர்கள் இருவருக்குமிடையே இருக்கக் கூடிய உறவைப் பொறுத்த விஷயம்'

'அவருடைய மகனும் அவர் எங்கே போனாரென்பது தெரியாதென்கிறார் ...'

'டிட்டோ.'

'வாட் 'டிட்டோ?'

'இது அவருக்கும் அவர் மகனுக்குமிடையே இருக்கக் கூடிய உறவைப் பொறுத்த விஷயம்.'

'இந்த உறவைப் பற்றி உங்களுக்குத் தெரியுமா?

'நோ.'

'அவரிடம் விலை உயர்ந்த அபூர்வமான 'பெயின்டிங்'ஸ் இருக்கின்றன என்று சொல்லுகிறார்கள். ஆனால், நாங்கள் போய்ப் பார்த்தபோது ஒன்றுமில்லை. இதைப் பற்றி உங்களுக்கு ஏதாவது தெரியுமா? நீங்கள் அடிக்கடி உங்கள் நண்பரைப் பார்க்கப் போயிருப்பீர்களே?'

'நான்கு நாட்கள் முன்பு போனதுதான் என் முதல் 'விஸிட்'.'

'ரியலி?'

'என்னை நீங்கள் இப்படி விசாரிப்பதற்கு என்ன காரணமென்று எனக்குத் தெரியவில்லை. திருமூர்த்தி காணாமல் போய்விட்டாரா, அல்லது அவர் கொலை செய்யப்பட்டு செய்தி வெளியே வரவில்லையா? நான்கு நாள் முன்பு அவர் மீது லஞ்சக் குற்றச்சாட்டு என்று பேப்பரில் படித்தேன் ...' என்றான் கேசவன்...

'என்னால் இப்பொழுது எதுவும் சொல்லமுடியாது. இது ஒரு 'சென்ஸிடிவ்' விஷயம். அவரது வீட்டில் நீங்கள்தான் அவரைக் கடைசியாகப் பார்த்த அவர் குடும்பத்தைச் சாராத, அவரது மனைவியின் நண்பர் ... உங்களுக்கு அவர் எங்கே

இந்திரா பார்த்தசாரதி

போயிருக்கக் கூடும் என்று தெரிந்தால், அந்தச் செய்தியை எங்களுடன் பகிர்வதுதான் உங்களுக்கும், தேசத்துக்கும் நல்லது.'

'தேசத்துக்கா? என்ன சொல்லுகிறீர்கள்?' என்றான் கேசவன்.

'இதற்கு மேல் எதுவும் என்னால் சொல்லமுடியாது . . .' என்று சொல்லிக்கொண்டே கோட் பையிலிருந்து பர்ஸை எடுத்து ஒரு கார்டை அவனிடம் கொடுத்தார் சாவ்லா.

'ஏதாவது தெரிதால், என்னுடன் தொடர்புகொள்ளுங்கள். இதைப் பற்றி யாருடனும் நீங்கள் விவாதிக்கக் கூடாது. உங்கள் நண்பருடன் கூட . . .' என்று சொல்லியவாறு எழுந்தார் அவர்.

ஹரிஹரனும் எழுந்தான்.

'உங்களிடம் 'கார்ட்' கிடையாதா?' என்று கிண்டல் குரலில் துளிக்கூட சாயலிடாமல் கேட்டான்.

ஹரிஹரன் சற்றுத் திடுக்கிட்டான். அவன் சாவ்லாவைப் பார்த்தான்.

'உங்களுக்கு ஆங்கிலம் சரிவரப் பேச வராமல், ஹிந்தியும் தெரியாமலிருந்தால் இருக்கட்டுமே என்று இவனை அழைத்து வந்தேன். இவன் என்னுடைய பி.ஏ.,' என்றார் சாவ்லா.

அவர்கள் போன பிறகு முதல்வர் அறைக்குள் நுழைந்தார்.

'என்ன பிராப்ளம்?' என்றார் அவர்.

'இதைப் பற்றி நான் யாருடனும் பேசக் கூடாதென்று எனக்கு இடப்பட்டிருக்கும் அரசாங்கக் கட்டளை . . .'

"இன்டெலிஜென்ஸ் பீரோ' ஆட்கள் உங்களைத் தேடி வருவானேன்? அரசியல் விவகாரமா?' ஆர் யூ எ கம்யூனிஸ்ட்?' என்று சற்றுப் பதட்டத்துடன் கேட்டார் முதல்வர்.

' நம் நாட்டிலே கம்யூனிஸ்ட் கட்சியைத் தடை பண்ணலியே?' என்றான் கேசவன்.

18

திருமூர்த்தியின் திடீர் மறைவுதான் சில நாட்கள் செய்தி தீனியாக அமைந்தது. அவர் மட்டுமல்ல, இரண்டு மாதங்கள் கழித்து, அவருடைய குடும்பமே காணாமல் போய்விட்டது. மகன், மனைவி இருவருமே எங்கே போனார்கள் என்று தெரியவில்லை! அவர் மகனுடைய சிநேகிதி ஸூஷ்மாவை போலீஸ் விஜாரணை செய்தார்கள். அவளும் தனக்கு ஒன்றும் தெரியாது என்று சொல்லிவிட்டாள். திருமூர்த்தி அம்மாவைத் தேடிக் கொண்டு போய் போலீஸ் அவரையும் விஜாரித்தது. மகன் தன்னை வந்து பார்த்ததாகவும், அவன் எங்கே போனான் என்று தமக்குத் தெரியாது என்றும் அவர் கூறிவிட்டார்.

அவர் அமெரிக்காவுக்குப் போயிருக்கக் கூடுமென்றும், இதற்கு சி.ஐ.ஏ. உதவி செய்திருக்கலா மென்றும் வதந்தி பரவியது. நேருவைப் பிடிக்காத, அரசாங்கத்தில் இருக்கக்கூடிய மேலிடத்து உதவியும் அவருக்குக் கிடைத்திருக்கலாமென்ற செய்திகளும் பரவின.

கேசவனைப் போலீஸ் விஜாரித்தது என்பதால், அவன் புகைப்படமும் ஓர் ஆங்கிலச் செய்தித்தாளில் பிரசுரமாகி, அவனை 24 மணி நேரத்துக்குப் பிரபல மாக்கியது.

பிரபலமாகியதோடு மட்டுமல்லாமல், பிரச்னை யும் ஏற்பட்டது.

அவனுக்குத் தம் வீட்டில் ஓர் அறையை வாடகைக்குக் கொடுத்திருந்த ஆனந்தி அவனை அடுத்த நாள் அழைத்துச் சொன்னார்: ‘என் மகன் வருகிறான், இனிமேல் இங்குதான் இருக்கப் போகிறான். எங்களுக்கு இடம் போதாது. வேறு இடம் நீ பார்த்துக்கொண்டு போவது நல்லது . . .’

அவருடைய மகன் பம்பாயில்தான் இருக்க விரும்புகிறான், தில்லி அவனுக்குப் பிடிக்கவில்லை என்று அவர் ஒரு தடவை சொன்னது அவன் நினைவுக்கு வந்தது.

போலீஸ் அவனை விஜாரித்தது என்பது இதற்குக் காரணமாக இருக்கலாமென்று அவனுக்குத் தோன்றிற்று. 'உனக்குத் திருமூர்த்தி எங்கே போனார் என்று நிச்சியமாகத் தெரியாதா?' என்று ஆனந்தி அவனைக் கேட்டதும் அவன் நினைவுக்கு வந்தது.

வயசான காலத்தில் தன் வாழ்க்கையைச் சிக்கலாக்கிக் கொள்ள அவர் விரும்பவில்லை.

'சரி, நான் போகிறேன்,' என்று அவன் சொல்லிவிட்டான்.

இரண்டு நாட்கள் கழித்து அவன் ஸூஷ்மாவை எதேச்சை யாகக் கன்னாட் ப்ளேஸில் சந்தித்தான். அவள்தான் அவனைப் பார்த்தாள். பார்த்ததும், 'ஹல்லோ' என்று அவன் தோளைத் தட்டினாள்.

முதலில் அவனுக்கு அவள் யாரென்று உடனுக்குடன் உதயமாகவில்லை.

சில விநாடிகள் தயக்கத்துக்குப் பிறகு, 'ஹல்லோ . . . ஹௌ ஆர் யூ ஸூஷ்மா?' என்றான்.

அவள் புன்னகை செய்துகொண்டே, 'குட் . . . நினைவு வைத்துக்கொண்டிருக்கிறீர்கள். செய்தித்தாளில் உங்கள் புகைப்படத்தைப் பார்த்தேன் . . .' என்றாள்.

'ஸெலிப்ரிட்டி ஃபார் ஒன் டே ஃபார் ராங் ரீஸன்ஸ்,' என்றான் கேசவன்.

'ஆர் யூ ஃப்ரீ? கான் வி ஹாவ் காஃபி?' என்றாள் ஸூஷ்மா.

'வொய் நாட்?'

இருவரும் பக்கத்திலிருந்த 'குவாலிட்டி ரெஸ்டரான்ட்'டுக்குச் சென்றார்கள்.

'வேறு ஏதாவது சாப்பிடுகிறீர்களா?' என்றாள் ஸூஷ்மா.

'நோ தாங்க்ஸ் . . . ஒன்லி காஃபி . . .' என்றான் கேசவன்.

சிறிது நேரம் மௌனம் ஒரு கனத்த சுமையாய் அங்கு நிலவியது.

'தமிழ் கற்றுக்கொள்ள ஆரம்பித்துவிட்டீர்களா?' என்றான் கேசவன்.

அவள் சிரித்தாள். பதில் கூறவில்லை.

‘எதற்குச் சிரிக்கிறீர்கள்?’

‘குட் க்வெஸ்டின் . . . சொல்லப் போனால், கெட்டிகாரத் தனமான கேள்வி . . . நேராகவே கேளுங்களேன், திருமூர்த்தி குடும்பம் எங்கே என்று?’

‘அதுதான் பேப்பரில் வந்ததே, உங்களுக்குத் தெரியாது என்று சொல்லியிருக்கிறீர்கள், அப்படித்தானே?’ என்றான் கேசவன்.

“கரெக்ட்’ . . . என் சொந்த நாட்டைவிட்டு ஓட நான் தயாராகவில்லை . . .’

‘ஸோ? . . .’ என்று புருவங்களை உயர்த்தினான் கேசவன்.

‘ஸோ. அதுதான் . . . ஆறு மாதத்துக்கு முன்பே திட்டமிடப் பட்டு விட்டது. இது வெறும் லஞ்ச விஷயம் மட்டுமன்று. இதற்கு மேல் நான் சொல்ல விரும்பவில்லை. ஆனால், ஒன்று சொல்ல வேண்டும் . . . திருமூர்த்தியின் அம்மாவும் போயிருக்க முடியும், அவர் மறுத்துவிட்டார். ஐ அட்மைர் தட் ஓல்ட் லேடி. இதற்காகவாவது, நான் தமிழ் கற்றுக்கொள்ள வேண்டும் அவரிடம் பேச.’

ஸூஷ்மா உதட்டளவு ஆங்கிலத்தில் மிக மெதுவாகப் பேசினாலும் யாராவது தங்களைக் கவனிக்கின்றார்களா என்று கேசவன் சுற்றுமுற்றும் பார்த்தான்.

‘டோன்ட் வொர்ரி.’ திருமூர்த்தியை அவ்வளவு அக்கறை யாகத் தேட மாட்டார்கள். தேடினால், பல பெருந்தலைகளுக்கு ஆபத்து. அத்தனை ரகஸ்யங்கள் அவருக்குத் தெரியும் . . .’ என்றாள் ஸூஷ்மா.

‘இப்பொழுது நானும் திருமூர்த்தியைப் பற்றியோ அல்லது அவர் குடும்பத்தைப் பற்றியோ அவ்வளவு அக்கறை கொள்ளவில்லை. இப்பொழுது, என் கவலை எனக்குத் தங்க இடம் வேண்டும் . . .’ என்றான் கேசவன்.

‘ரியலி? வொய்?’

கேசவன் ஆனந்தி சொன்னதை அவளிடம் சொன்னான்.

‘திருமூர்த்தியால் நீங்களும் ஓரளவு பாதிக்கப்பட்டிருக்கிறீர்கள்,’ என்று புன்முறுவலுடன் கூறினாள் ஸூஷ்மா.

“நீங்களும்’ என்றால்?’ என்றான் கேசவன்.

‘அரசாங்கத்தைத் தவிர . . .’

அவளும் பாதிக்கப்பட்டிருக்கிறாளா என்று அவன் கேட்க நினைத்தான். கேட்கவில்லை.

அவரைப் பற்றி இவ்வளவு தகவல்கள் அவளுக்குத் தெரியுமென்றால், இதைப் பற்றி அவர்களுக்கிடையே, குறிப்பாக, அவளுக்கும், திருமூர்த்தியின் மகன் சீன்ஸுக்குமிடையே விவாதம் நடந்திருக்கக்கூடும். 'சொந்த நாட்டை விட்டுப் போக நான் தயாராக இல்லை' என்று அவளே சற்று முன் சொன்னாள்.

எங்கே போயிருப்பார்கள்?

சி.ஐ.ஏ. உதவி செய்திருக்கக்கூடுமென்பதில் உண்மை இருக்கலாம். பனிப் போர் நடந்து கொண்டிருக்கும் இந்நிலையில், சோவியத் யூனியன், அமெரிக்கா ஆகிய இரண்டு நாடுகளுக்குமே தங்களுக்கு என்ன வேண்டும் என்பது உறுதியாகத் தெரியும். அரசாங்க அமைச்சர்களுக்குமிடையே சோவியத் லாபி என்றும், அமெரிக்க லாபி என்றும் இரண்டு லாபிகளும் இருக்கின்றன என்கிறார்கள்.

'நான் 'கான்ஸ்டிடியூஷன் கிளப்'பில் இருக்கிறேன். ஒரு பெரிய அறை, கிச்சன், டாய்லெட். அந்த மாதிரி கிடைத்தால் கூட உங்களுக்குப் போதும் இல்லையா?'

'கர்ஸன் ரோடில் இருக்கிறதே அதுவா?'

'ஆமாம், வாடகையும் குறைவுதான் முன்னூற்றைம்பது . . .'

'முன்னூற்றைம்பதா? எனக்கு எத்தனை சம்பளம் என்று நினைக்கிறீர்கள்?'

'எத்தனை?'

'அலௌன்ஸ்கள் எல்லாம் சேர்த்து முன்னூற்றைம்பத்தேழு. ஏழு ரூபாயில் இரண்டு வேளைச் சாப்பிட முடியுமா?'

'ஐ ஆம் ஸாரி. அதைப் பற்றி நான் யோஜிக்கவில்லை. நீங்கள் 'ட்யூஷன்' வைத்துக்கொள்ள மறுக்கிறீர்கள் என்று மிஸஸ் திருமூர்த்தி சொன்னதினால், உங்களைப் பற்றி வசதியானவர் என்ற அபிப்பிராயம் உருவாகி இருக்கக்கூடும் . . . என்னால் அந்த முன்னூற்றைம்பது ரூபாயை 'ட்யூஷன் ஃபீஸா'கத் தரமுடியும் . . . எனக்குத் தமிழ் கற்றுக் கொடுங்கள் . . .' என்றாள் ஸூஷ்மா.

'இப்பொழுது திருமூர்த்தியின் அம்மாவுடன் நீங்கள் தமிழில் பேசி என்ன பிரயோஜனம்?' என்று புன்னகையுடன் கேட்டான் கேசவன்.

'அவர்களுடைய தன்னம்பிக்கையை, துணிவைப் பாராட்டலாம் அல்லவா? திருமூர்த்தி பல முரண்பாடுகளை உடையவர். அவருக்கு அவருடைய அம்மாவின் மீது அசாத்திய

அன்பு. அம்மாவை விட்டு அவரால் எப்படிப் பிரிய முடிந்தது என்பது எனக்குப் புரியவில்லை. சீன்ஸும் அப்படித்தான். அவன் அம்மாவை விட்டு அவனால் பிரிந்திருக்க முடியாது. இந்நிலையிலும் திருமூர்த்தியின் அம்மா மகனுடன் செல்ல விரும்பவில்லை என்பதுதான் அவரை மிக உயர்த்திக் காட்டுகிறது. ஜானகி கணவனை வெறுத்தார். தான் ஒரு பெரிய அறிவு ஜீவி என்று அவருக்கு அபிப்பிராயம். கணவன் தனக்குச் சமமானவர் இல்லை என்பது அவர் அபிப்பிராயம். ஆனால், அது உண்மை இல்லை என்பதும் அவருக்குத் தெரியும் . . .'

'அப்படியிருக்கும்போது, ஜானகியும் காணவில்லை என்பது பொருத்தமில்லாமல் இருக்கிறதே . . .' என்றான் கேசவன்.

'எனக்கும் இதுதான் ஆச்சர்யமாக இருக்கிறது. கணவனுடைய பணம் அவருக்குத் தேவையாக இருந்திருக்கக் கூடும் . . .'

'சீன்ஸ் . . ?' என்றான் கேசவன்.

'பணத்தையும் அம்மாவையும் தவிர அவனுக்கு வேறு எதுவும் முக்கியமில்லை. அவன்தான் என்னைத் திருமணம் செய்துகொள்ள விரும்பினான். நானும் அவனுக்கு ஓர் உடைமைப் பொருள், அவ்வளவுதான் . . . எனக்கு எப்பொழுதுமே அந்த அபிப்பிராயம் இருந்ததில்லை. ஐ ஆம் டெல்லிங் யூ தி ட்ரூத் . . .' என்றாள் ஸூஷ்மா.

அவர்களைச் சேர்ந்தபடி முதல் தடவையாகச் சந்தித்த காட்சி அவன் நினைவுக்கு வந்தது.

எது உண்மை, எது பொய், அவனுக்கு ஒன்றும் விளங்க வில்லை.

ஒருவேளை, அவர்கள் இவளையும் அழைத்துச் செல்ல விரும்பவில்லை என்ற கோபமாக இருக்கலாமா? ஆனால், தான் போக விரும்பவில்லை என்று இவள் கூறுகிறாள்.

'சரி என்ன சொல்லுகிறீர்கள்? தமிழ் கற்றுத் தருகிறீர்களா?'

'மன்னிக்கவும். நான் எந்தப் பொறுப்புக்கும் என்னை உட்படுத்திக்கொள்ள விரும்பவில்லை தமிழ் கற்றுக்கொள்ள வேண்டுமென்ற ஆசை அப்படியொன்றும் உங்களை வாட்டி வதைக்கவில்லை என்பதுதான் என் அபிப்பிராயம். இட் ஈஸ் ஜஸ்ட் அ ஃபான்ஸி, அவ்வளவுதான்,' என்றான் கேசவன்.

அவள் அவனைச் சிறிது நேரம் உற்றுப் பார்த்தாள். பிறகு புன்னகை செய்தாள்.

‘யூ ஆர் எ காம்ப்ளெக்ஸ் பெர்ஸன்’ என்றாள் சிரித்துக் கொண்டே . . .

‘இல்லை. என் பிரச்னை எதையும் நேரடியாகச் சொல்லத் தயங்குவதில்லை என்பதுதான். நீங்கள் டாக்டர் பட்டத்துக்கு ஆராய்ச்சி செய்வதாக ஜானகி கூறினார். முடித்துவிட்டீர்களா?’

‘முடித்துவிட்டேன். வேலை தேடிக்கொண்டிருக்கிறேன்.’

‘கல்லூரி ஆசிரிராகப் போகமுடியுமல்லவா?’

‘அதில் எனக்கு விருப்பமில்லை. ஜர்னலிஸத்தில் விருப்பம்.’

‘அதற்கு டாக்டர் பட்டம் தேவையில்லையே?’

‘தேவையில்லை என்பதுமட்டுமல்ல, தடையாகவும் இருக்கிறது. பயப்படுகிறார்கள் . . .”

‘வேலை எதுவுமில்லாமல் நீங்கள் முன்னூற்றைம்பது ரூபாய் வாடகை கொடுக்கிறீர்கள் என்பது ஆச்சர்யந்தான் . . . எனக்கும் முன்னூற்றைம்பது ரூபாய் தரத் தயாராக இருக்கிறீர்கள்!’

‘என் குடும்பப் பின்னணி என்ன என்று நேரடியாகக் கேளுங்கள். என் அப்பா ஒரு டிப்ளமட். பிரேஸிலில் இருக்கிறார். என் அம்மா பாரிஸில் இருக்கிறார். இருவருக்கும் விவாகரத்து ஆகிவிட்டது . . . எனக்கு அப்பொழுது எட்டு வயது. என் அம்மா ஒரு ‘பெயிண்டர்’. இருவரிடமிருந்தும் எனக்குப் பணம் வருகிறது.’

‘மன்னிக்கவும். உங்கள் குடும்பப் பின்னணியைப் பற்றி நான் அறிய விரும்பவில்லை. மத்தியத்தர வர்க்கத்துக்கு இயற்கையாகவே உரிய பொருளாதார அக்கறையுடன்தான் கேட்டேன்.’

ஸுஷ்மா சிரித்துக்கொண்டே சொன்னாள்: ‘பரவாயில்லை. நானும் உங்களைப்போல்தான். எதையும் வெளிப்படையாகப் பேசத் தயங்குவதில்லை.’

‘சரி, போகலாமா?’ என்று எழுந்தான் கேசவன்.

‘வீட்டுக்கு என்ன செய்யப் போகிறீர்கள்?’ என்றாள்.

‘லோதி காலனியில் அரசாங்க பாபுக்கள் அவர்கள் இரண்டு அறை வீடுகளில், ஓர் அறையை வாடகைக்குத் தருவதாகச் சொல்கிறார்கள். வாடகை நாற்பது ரூபாய். பள்ளிக்கூடமும் பக்கம் . . . இடம் கிடைக்குமா என்று தேடிப் பார்க்க வேண்டும் . . .’

அவள் கைப் பையிலிருந்து ஒரு சிறு காகிதத்தை எடுத்துத் தன் தொலைபேசி எண்ணைக் குறித்து அவனிடம் கொடுத்தாள்.

19

லோதி காலனியில் சச்தேவா என்ற வீட்டுத் தரகரால் வாடகைக்கு இடம் வாங்கித்தர முடியுமென்று கேசவன் நண்பர்கள் சொன்னார்கள்.

கேசவன் சச்தேவாவை கன்னா மார்க்கெட்டில் ஒரு கடையில் சந்தித்தான்.

சச்தேவாவின் தலை முழுவழுக்கையினால் பளபளத்தது. அது செயற்கையான மொட்டை யில்லை என்பது அந்தப் பளபளப்பிலிருந்து தெரிந்தது. யூல் பிரன்னரைப் பார்த்து பல இளைஞர்கள் மொட்டை அடித்துக்கொள்வது அவனுக்குத் தெரியும்.

ஆனால், இது நடுத்தர வயது வழுக்கை. இதில் ஒரு கவர்ச்சி தெரிந்தது.

சச்தேவா கேசவனை ஆரவாரத்துடன் வரவேற்றார் . . .

'ஆயியே சாப், இடந்தானே, நோ பிராப்ளம் . . . ஒரு மாச வாடகை 'அட்வான்ஸ்'. நாற்பது ரூபாய். என் தரகுப் பணம் ஒரு மாச வாடகை. நூற்றிருபது ரூபாய், சரியா?' என்று சொல்லிக்கொண்டே குடித்துக் கொண்டிருந்த தேநீர்க் கோப்பையைக் கீழே வைத்துவிட்டு, வாயைத் துடைத்துக்கொண்டார். ஆப்கோ சாய்?' என்றார் நினைவுவந்தவர்போல்.

"தாங்க் யூ'. நை. இடத்தைப் பார்க்கலாமா?"

'ஜரூர், சாப் . . . ஆயியே . . . சைக்கிள்?'

'சைக்கிள் இல்லை. நடந்து போகலாம் . . . பக்கந்தானே?' என்றான் கேசவன்.

'ஆ(ங்)ஜி . . . வாருங்கள் போகலாம்.'

சச்தேவா வெகு வேகமாக நடந்தார் . . . இவ்வளவு பெரிய தொப்பையை வைத்துக்கொண்டு

அவரால் எப்படி இவ்வளவு வேகமாக நடக்க முடிகிறது என்று கேசவன் ஆச்சர்யப்பட்டான். பார்ப்பதற்கு ஒரு குஸ்தி வீரர் மாதிரி இருந்தார் சச்தேவா.

வீட்டைச் சென்றடைந்ததும், வாசலில் விளையாடிக் கொண்டிருந்த இரண்டு குழந்தைகள், விளையாடுவதை நிறுத்திவிட்டு, கேசவனை வேடிக்கை பார்த்தன.

'உள்ளே வாருங்கள்...'

அறையைக் காண்பித்தார் சச்தேவா. இன்னொரு சற்றுப் பெரிதாக இருந்த அறை, வீட்டுக்காரனுடையது. அவன் மனைவி, குழந்தைகள் இருந்தால், அக்குடும்பத்துடன் ஓர் அறையில் எப்படிச் சமாளிக்க முடியுமென்று கேசவனுக்குப் புரிய வில்லை.

குளியல் அறையும், 'டாய்லெட்'டும் பொது.

'வீட்டுக்காரருக்கு எவ்வளவு பெரிய குடும்பம்?' என்று கேட்டான் கேசவன்.

'இரண்டு குழந்தைகள், வாசலில் பார்த்தீர்கள்... இரண்டு மனைவிகள்...'

கேசவன் திடுக்கிட்டான்.

'முதல் மனைவிக்குக் குழந்தை இல்லை. அதனால் இரண்டாம் தாரம். இருதாரத் தடை வருவதற்கு முன் நடந்த திருமணம்...'

'இவ்வளவு பெரிய குடும்பத்தை வைத்துக்கொண்டு, என்னையும் வீட்டுக்காரரால் சமாளிக்க முடியுமா?' என்றான் கேசவன்.

'அது என் பிரச்னை...'

'உங்கள் பிரச்னையா?'

'ஆமாம். வீடு என்னுடையது...'

'அப்படியா? தரகு கேட்டீர்கள்...'

'எனக்கு இரண்டு 'ரோல்' இல்லியா? தரகன், வீட்டுக்காரன்... வீட்டுக்காரனுக்காக, தரகன் ஏன் நஷ்டப்பட வேண்டும்...' என்று சொல்லிவிட்டு அவர் சிரித்தார்.

'வீட்டை எடுத்துக்கொள்வதா என்பதைப் பற்றி நான் யோஜிக்க வேண்டும்...'

'யோஜிக்காதீர்கள்... உங்களை நன்றாகப் பார்த்துக் கொள்கிறேன்... எனக்கு மதராஸிகள் என்றால் ரொம்பப்

பிடிக்கும்... தெய்வ நம்பிக்கையுடைவர்கள். இந்தியாவில் சனாதன தர்மம் பிழைத்திருப்பதே அவர்களால்தான். நான் லாகூரிலிருந்து வந்தவன். என் மனைவி இருவர்களுமே பாகிஸ்தானிலிருந்து வந்தவர்கள்தாம்... நாங்கள் ஆசாரமானவர்கள். நான் ஒவ்வொரு செவ்வாய்க்கிழமையும் விரதம் இருக்கிறேன். இரவுதான் சாப்பிடுவேன். தயவு செய்து குடிவாருங்கள். 'அட்வான்ஸ்' வேண்டாம். தரகு போதும். தரகு வாங்காவிட்டால் என் மனம் நிம்மதியாக இருக்காது... என் அப்பா லாகூரில் பெரிய 'ரியல் எஸ்டேட்' கம்பனி வைத்திருந்தார். பிரிவினையினால் எல்லாம் போய்விட்டது. நான் இப்பொழுது அரசாங்கத்தில் 'அஸிஸ்டென்'டாக அல்லாடுகிறேன்...' என்றார் சச்தேவா மூச்சு விடாமல். அவர் தன்னைப் பற்றிச் சொன்ன விதம் கேசவனுக்குப் பிடித்திருந்தது. பாதி ஹிந்தியிலும், பாதி ஆங்கிலத்திலும் பேசினார். இரண்டு மனைவிகள், ஒரு படுக்கையறை என்றால், மூத்த மனைவியும் குழந்தைகளும் எங்கே தூங்கும்?

'உங்களுக்கு எப்படி ஓர் அறை போதும்?' என்றான் கேசவன்.

சச்தேவா புன்னகை செய்தார்.

'எல்லாரும் ஓர் அறையில்தான் தூங்குவோம்... வேண்டும்பொழுது, பின் வெராந்தாவுக்குப் போவோம்... கவலைப்படாதீர்கள். உங்கள் அறையைக் கேட்க மாட்டேன்...' என்றார் சிரித்துக்கொண்டே.

'எனக்கு ஏதாவது கட்டுப்பாடுகள் உண்டா?'

'ஒரு கட்டுப்பாடுமில்லை. நீங்கள் 'மெஸ்ஸி'ல் சாப்பிடப் போகிறீர்கள். 'சிதம்பரம் மெஸ்ஸில்' நல்ல சுத்தமான, வைஷ்ணவ உணவு கிடைக்கும். பக்கத்தில்தான் இருக்கிறது...'

'வைஷ்ணவ உணவா?'

'வெஜிடேரியன் உணவு...'

கேசவனுக்கு அப்பொழுதுதான் புரிந்தது, தமிழ் நாட்டில் சைவ உணவு என்பதை வட நாட்டில் வைணவ உணவு என்கிறார்கள். சைவத்தைக் காட்டிலும், வைணவத்தின் தாக்கம் வட நாட்டில் அதிகமோ?

'நானும் 'வெஜிடேரியன்'தான்... எங்கள் ஜாதிக்கு, மாமிசம் விதி விலக்கில்லை. ஆனால், என் தாத்தா காலத்திலிருந்து நாங்கள் வைஷ்ணவ உணவுதான் சாப்பிட்டு வருகிறோம்...'

'சரி உங்கள் அறையை எடுத்துக்கொள்கிறேன்' என்று சொல்லிவிட்டு அவரிடம் பர்ஸைத் திறந்து எண்பது ரூபாயை எடுத்துக் கொடுத்தான் கேசவன்.

'எப்பொழுது குடிவருகிறீர்கள்.'

'நாளைக்கு?' என்று கேட்டான் கேசவன்.

'பில்குல். நான் வீட்டில் இல்லாவிட்டாலும் என் மனைவியிடம் சொல்லிவிட்டுப் போகிறேன், நீங்கள் வரலாம்...'

எந்த மனைவி என்று கேட்கலாமா என்று சில விநாடிகள் யோஜித்தான் கேசவன். கேட்கவில்லை.

'வாருங்கள், உங்களை அறிமுகப்படுத்துகிறேன்' என்று அவனைத் தம் பகுதிக்கு அழைத்துச் சென்றார் சச்தேவா.

அங்கு இரண்டு பெண்மணிகள் கட்டிலில் உட்கார்ந்திருந் தார்கள். ஒருத்தி, 'ஸ்வெட்டர்' பின்னிக்கொண்டிருந்தாள். இன்னொருத்தி ஏதோ படித்துக்கொண்டிருந்தாள்.

இருவரும் எழுந்து நின்றார்கள்.

'இவர்தான் புதிதாகக் குடிவரப் போகிறவர். பேரென்ன, சாப்?'

'கேசவன்.'

'ஆங்...கேசவ்...நாளைக்கு இவர் இங்கே குடி வருகிறார்... கேசவ்சாப்... சாய் குடிக்கிறீர்களா?'

'இல்லை, வேண்டாம்... தாங்க் யூ...'

இளமையாகவும் புன்னகையுடன் காணப்பட்டவள்தான் இரண்டாவது மனைவியாகஇருக்கவேண்டுமென்று கேசவனுக்குப் பட்டது.

மூத்தவள் முகத்தில் எந்தச் சலனமுமில்லை. உணர்ச்சிகளை எப்படி முக பாவனையால் தெரிவிப்பது என்று அறிந்திராத முகம்போல் பட்டது.

திடீரென்று மூத்தவள் வாசலை நோக்கிக் கத்தினாள்.

'ஐஸா மத் கரோ!'

கேசவன் வாசலை நோக்கினான். இரண்டு குழந்தைகளும் கட்டிப் புரண்டுகொண்டிருந்தன.

'சோடு தோ, பச்சா ஹை,' என்றார் சச்தேவா.

மூத்தவள் அவர் சொன்னதைக் காதில் வாங்கிக்கொள்ள வில்லை. வாசலை நோக்கிச் சென்றாள்.

'அச்சாஜி! நாளைக்குப் பார்க்கலாம்...' என்றார் சச்தேவா.

கனவுகளைத் தொடர்ந்து

கேசவன் கரோல்பாக் திரும்பியவுடன் ஆனந்திபாயிடம் தான் அடுத்த நாள் காலி செய்வதாகச் சொன்னான்.

'ஐ ஆம் ஸாரி . . . என் மகன் வருவதினால்தான் . . .'

'ஓ.கே . . . புரிகிறது . . .' என்றான் கேசவன்.

அடுத்தநாள் அவன் லோதி காலனிக்குச் சென்றபோது, சச்தேவா இல்லை. அவன் இரண்டாவது மனைவிதான் அவனை வரவேற்றாள்.

இரண்டு குழந்தைகளில், மூத்தவன் பையன். பனிரெண்டு வயதிருக்கும். இளையவள் பெண். பத்து வயதிருக்கும். இருவரும் அவனைத் தங்கள் அறையிலிருந்து உன்னிப்பாகக் கவனித்துக்கொண்டிருந்தனர். இவன் எப்படிப்பட்ட ஆள், சிடுமூஞ்சியா, இவனுடன் விளையாடுவது சாத்தியமா என்று யோஜித்துக் கொண்டிருக்கலாம் . . .

'ஆயியே . . .' என்று அவர்களை உள்ளே அழைத்தான் கேசவன் . . .

'இரண்டும் படு விஷமம். சகவாசம் வைத்துக்கொண்டால், நீங்கள்தான் பிறகு வருந்துவீர்கள்,' என்று சிரித்துக்கொண்டே சொன்னாள் இளைய மனைவி.

'பஸந்த், இதர் ஆவ்,' என்று அவளை மூத்தவள் பக்கத்து அறையிலிருந்து கூப்பிட்டாள்.

அவள் பெயர் பஸந்த் என்று கேசவனுக்குத் தெரிந்தது.

'தேநீர் கொண்டுவருகிறேன் . . .' என்று சொல்லிக்கொண்டே அவள் புறப்பட்டபோது, கேசவன் அவளைத் தடுத்தான்.

'நைஜி, உங்கள் சகோதரர் கொடுக்கச் சொன்னார் . . .' என்றாள் பஸந்த்.

கேசவனுக்குக் 'கம்பராமாயணம்' நினைவுக்கு வந்தது. விபீஷணனைச் சகோதரனாக ஏற்றுக்கொண்ட பிறகு, இதனால் சொர்க்கத்தில் இருக்கும் 'உன் தந்தை தசரதன் மகிழ்ச்சி அடைந்தான்' என்று விபீஷணனிடம் சொல்லுகிறான் இராமன். அது போல் இவளும் தன் கணவனை 'உங்கள் சகோதரர்' என்று குறிப்பிடுகிறாள்!

அவள் தேநீர் எடுத்துவர உள்ளே சென்றாள்.

இரண்டு குழந்தைகளும் தயங்கித் தயங்கி அவன் அறைக்குள் நுழைந்தன. முன்பு அவர்களால் தாராளமாக நுழைந்து விளையாட முடிந்த இடத்தை இவன் ஆக்ரமித்து விட்டானே

என்ற கோபமாகக் கூட இருக்கலாம். ஆனால், இவன் முதல் ஆக்ரமிப்பாளனாக இருக்க முடியாது. வழக்கமாக இந்த அறையை சச்தேவா வாடகைக்கு விட்டுக்கொண்டிருந்திருக்க வேண்டும். ஆகவே தன்னுடைய குற்ற மனப்பான்மைக்கு இடமில்லை என்று தோன்றிற்று கேசவனுக்கு.

பஸந்த் தேநீர், பிஸ்கட் கொண்டுவந்தாள்.

பிஸ்கட்டை எடுத்துக் குழந்தைகளிடம் நீட்டினான் கேசவன்.

அவர்கள் வாங்கிக்கொள்ள மறுத்துவிட்டார்கள்.

'உங்கள் பேரென்ன?' என்று கேட்டான் கேசவன்.

'பையன் பேர் ராகுல், பெண் பெயர் கம்லா. ராகுல் நாலாவது வகுப்பு படிக்கிறான். பெண் இரண்டாவது. சாப் மாஸ்டர்ஜி... நீங்கள் விஷமம் பண்ணிணால் அடித்துவிடுவார், ஜாக்கிரதை,' என்று சிரித்துக்கொண்டே சொன்னாள் பஸந்த்.

'தயவுசெய்து என்னைக் கண்டு குழந்தைகளைப் பயப்படும்படியாகச் செய்துவிடாதீர்கள்,' என்றான் கேசவன்.

'அவர்கள் எமனைக் கண்டுகூட பயப்பட மாட்டார்கள்,' என்று புன்னகையுடன் சொல்லிக்கொண்டே இருவரையும் அணைத்தாள் பஸந்த்.

லோதி காலனியில், அரசாங்க பாபுக்கள் சுற்றிலும் சூழ்ந்திருக்க தன் புதுக் குடியிருப்பு வாழ்க்கையைத் தொடங்கினான் கேசவன்.

காலச்சுவடு பப்ளிகேஷன்ஸ் (பி) லிட்.
Published by Kalachuvadu Publications Pvt. Ltd.,
669, K.P. Road, Nagercoil 629001, India
Phone: 91-4652-278525
e-mail: publications@kalachuvadu.com

12/2022/S.No. 1145, kcp 3927, 18.6 (1) rss